E-Z DICKENS OFURHETJA BÓK 3

RAUTA HERBERGIÐ

Cathy McGough

Stratford Living Publishing

Hvað lesendur segja

"Þetta var svo skemmtileg saga með svo miklu um að vera. Mér líkaði persónuleiki persónanna, sérstaklega EZ. Það var mjög flott hver fjölskylda hans var, og ég var algjörlega hrifin af hvítu herberginu. Reyndar held ég að ég þurfi mitt eigið hvíta herbergi og þá nýju kraftinn sem EZ fékk undir lok bókarinnar - ég vil ekki afhjúpa neitt en, ég meina, hvað er kúl.

Sem tölvuleikjaspilari kunni ég mjög vel að meta söguþræðinn. Auk leiksins fannst mér hugfangarar (soul catchers) mjög frumleg og flott hugmynd. Sá endi!! Ó. Mín. Ég þarf að lesa næsta hluta til að sjá hvernig þetta fer."

Efnisyfirlit

Helgun	IX
Viðtökukvæði	XI
Inngangur	XIII
KAFLI 1	1
KAFLI 2	9
KAFLI 3	11
KAFLI 4	14
KAFLI 5	18
KAFLI 6	30
KAFLI 7	49
KAFLI 8	51
KAFLI 9	54
KAFLI 10	58
KAFLI 11	61
KAFLI 12	63

KAFLI 13   69

KAFLI 14   75

KAFLI 15   79

KAFLI 16   84

KAFLI 17   87

KAFLI 18   96

KAFLI 19   110

KAFLI 20   115

KAFLI 21   122

KAFLI 22   131

KAFLI 23   152

KAFLI 24   162

KAFLI 25   168

KAFLI 26   175

KAFLI 27   178

KAFLI 28   185

KAFLI 29   197

KAFLI 30   205

Epilógur   211

Takk fyrir!   223

Um höfundinn   225

Fyrir þá sem trúa

Hetja er venjulegur einstaklingur sem finnur styrk til að halda áfram og þola þrátt fyrir yfirþyrmandi hindranir.

Christopher Reeve

Inngangur

T VEIMUR ÁRUM HAFÐI LIÐIÐ og það var fyrsti desember, fimmtán ára afmælisdagur E-Z. Þrátt fyrir að það væri gífurlega kalt úti og snjókorn blésu um allt í kringum þá, voru hann, fjölskylda hans og vinir staðráðnir í að halda afmælisveisluna úti þar sem þeir höfðu kveikt bál til að halda sér heitum og grillað.

Nú þegar Samantha og Sam voru gift var heimili Dickens-fjölskyldunnar enn annasamara. Aldrei var leiðinlegt þegar vinir komu í heimsókn.

Brúðkaup Sam og Samantha hafði verið lítil athöfn, haldin í sýslumannsembættinu. Lia var brúðarmeyja, E-Z brúðgumavottur og Alfred trompet-svanurinn var hringaberi.

Lia hafði gert grín að Alfred því hann var klæddur í dökkbláan slaufubindi og ekkert annað. Alfred lét ekki angra sig af þessari athygli, því hann vissi að hann var í góðu félagi með öðrum, eins og fyrrverandi breskum forsætisráðherrum.

"Ef hinn mikli Winston Churchill taldi slaufu nógu góða fyrir sig, þá er hún nógu góð fyrir mig!" sagði Alfred.

"Hann reykti líka stóra, feita sígarettu!" sagði E-Z. "Ég vona innilega að þú ætlar ekki að byrja að reykja slíkt líka."

Lia glotti.

"Steikurnar eru tilbúnar!" kallaði Sam. "Ef ykkur langar í blóðsteiktar, komið og sækið þær núna."

Aðeins Samantha kom fram með diskinn sinn tilbúinn. "Sonur þinn langar í blóðsteiktar í dag," sagði hún og klappaði sér um magann.

"Það sem sonur minn vill, fær hann," sagði Sam og setti steik á disk konu sinnar. Hún stakk fingri í miðjuna á meðan eiginmaður hennar bætti bökuðu kartöflu og nokkrum aspasastráum við hliðina á henni.

Samantha tuggði á aspasastráum á meðan hún gekk að útiborðinu. Hún hafði skipulagt afmæli E-Z til hins ítrasta og eytt miklum tíma í að skreyta borðið með afmælisþemahornum. Hún settist niður og skar bökuðu kartöfluna sína í tvennt, bætti svo við sýrðum rjóma, vorlauk, smjöri og nokkrum kornum af salti.

E-Z, Lia, Alfred, PJ og Arden héldu kyrru fyrir því að það var aðallega hlýrra nálægt bálstöðinni. Frænda Sam líkaði ekki að fólk væri að flækjast um þegar hann var að grilla, svo þau héldu sig úr vegi hans. Auk þess elduðu þau öll steikurnar sínar gjarnan vel í gegn og það gaf þeim líka tækifæri til að spjalla saman og spjalla um lífið.

"Hvað finnst ykkur um ofurhetjuvettvanginn okkar?" spurði E-Z.PJ og Arden litu á hvorn annan og hrukku svo herðum upp.

"Komdu nú," sagði E-Z. "Hvað finnst ykkur eiginlega um þetta? Ég veit að þið hafið skoðað síðuna, því frændi Sam hjálpaði mér að skoða gögnin. Ég hafði enga hugmynd um að við gætum fundið svona margar upplýsingar, eins og hver sé að heimsækja síðuna okkar, hversu lengi þeir dvelja þar og hvað þeir skoða. Og ég þekkti IP-tölur ykkar. Svo, segið mér hvað þið hugsið um þetta?"

"Alveg sannleikann? Engin höft?" spurði PJ.

"Harði sannleikurinn?" bætti Arden við.

"Já," hvatti E-Z. Hann lækkaði röddina og hvíslaði. "Frændi Sam gerði frábært starf. En samt erum við ekki að miða á réttan markhóp þar sem við fáum varla neina umferð. Fyrir utan ykkur tvö og IP-tölu frá Frakklandi höfum við varla fengið neina heimsókn.

"Fáeinir, eins og þið, hafa komið aftur og skoðað síðuna nokkrum sinnum, en þeir dvelja ekki lengi. Frændi Sam lagði til að við ættum kannski að stofna fréttabréf, láta fólk skrá sig og senda þeim uppfærslur, en ég veit ekki. Allir eru að senda út fréttabréf þessa dagana og það virðist vera mikið verk. Frændi Sam sýndi mér að hann er skráður á um fimmtíu þeirra!

"Varðandi beiðnir um hjálp – sem er einmitt ástæðan fyrir því að við stofnuðum vefsíðuna – hingað til hefur allt sem okkur hefur verið beðið um snúist um verkefni sem yfirvöld hérlendis, eins og lögregla og slökkvilið, sjá um. Mér líkar ekki hugmyndin um að við skunda út til að bjarga ketti úr tréi og að slökkviliðið mæti í fullum búnaði til að gera hið sama. Það er óhagkvæmt fyrir þá sem og fyrir okkur. Og það er vandræðalegt þegar þeir mæta rétt þegar við erum að klára. Tími þeirra er dýrmætur – þeir bjarga mannslífum á hverjum degi. Mér finnst það vera vanvirðing, ef þú skilur hvað ég meina? Þeir eru að bjarga mannslífum og eru á vakt allan sólarhringinn, alla daga vikunnar.

"Ég held að beiðnirnar þurfi að vera utan þeirra verksviða, svo við eyðum ekki tíma þeirra né gerum starf þeirra erfiðara en það er nú þegar. Fyrirgefðu fyrir svona langa ræðu, en þegar ég hugsa til alls þess sem þau gerðu eftir slysið með foreldra mína..."

PJ og Arden hneigðust nær hvor öðrum og hvísluðu. Þær vildu ekki særa tilfinningar Sam – þær voru jú ekki sérfræðingar – né taka þá áhættu að hann gæti heyrt þær og brennt steikurnar þeirra til ösku.

"Æh, við skiljum punktinn alveg," sagði PJ. "Auk þess eru lögreglan og slökkviliðið nauðsynleg þjónusta, og þau fá borgað fyrir að bjarga fólki. Á meðan eruð þið sjálfboðaliðar."

"Þannig að vefsíðan þeirra og nærvera þeirra á samfélagsmiðlum er öðruvísi en sú sem ykkar ætti að vera," sagði Arden. "Og þau hafa marga starfsmenn á mörgum sviðum til að viðhalda og halda öllu uppfærðu."

"En vefsíðan ykkar þarf hins vegar eitthvað sem minnir meira á ofurhetjur – ef það er þá orð – og er ekki eins fyrirtækjamiðuð. Líkt og goðsögurnar, þeir sem þið fylgið í fótsporum þeirra. Skoðið nokkrar af vefsíðunum sem hafa verið gerðar fyrir þær – og þetta eru þáttaskapandi persónur. Ímyndið ykkur hvað við gætum gert ef við fylgdum fordæmi þeirra," sagði Arden.

"Eins og hvað? Ég veit að þið strákarnir hafið einhverjar hugmyndir, svo deilið þeim," sagði E-Z.

"Jæja, eins og þið hafið kannski giskað á, þá vorum við að hugmyndavinnu saman. Og við settum saman prufusíðu – hún er ekki opin og verður það ekki fyrr en þið samþykkið hana – um hvernig vefsíðan ykkar gæti litið út. Hún er á símanum mínum. Kíkið og sjáið hvað við meinum og hugsið um möguleikana þar sem við gerðum þetta nokkuð fljótt." PJ ýtti á play. Þrírnir beygðu sig að.

Fyrst á skjánum stóðu orðin: "Velkomin á ofurhetjuvefsíðu Þriggja." Síðan dýpkaði myndin í hreyfimyndaðri mynd af E-Z. Hann sat í hjólastólnum sínum eins og búast mátti við, klæddur í svartan stuttermabol, bláar gallabuxur og par af hlaupaskóm.

E-Z slétti hárið niður þegar hann sá hversu burstahársvipurinn var orðinn svarti rendan sem lá niður miðja ljósa hárið hans. Hann gat aldrei vanist því.

"Hvað er þetta, á bolnum mínum, gallabuxunum og skónum? Er þetta, merki? Og hvernig gerðuð þið mig að teiknimynd?"

"Já, þetta er merki. Okkur fannst englavængurinn kúl og viðeigandi," sagði Arden.

"Við notuðum forrit til að gera þig að teiknimynd," sagði PJ. "Við gerðum smá breytingar á handleggjunum þínum. Vona að við hafum ekki gengið of langt."

E-Z skoðaði þetta nánar þegar teiknimyndaversjón af honum sjálfum krossaði armpana. Núna vöktu frekar stórir framhandleggir hans athygli hans og kinnarnir roðnuðu. Hann leit út eins og fífl, sem þóttist vera eitthvað. Héldu vinir hans virkilega að hann liti betur út svona? Hann hikstaði þegar vængir E-Z á skjánum birtust. Hann svifaði í loftinu og benti.

Þetta var fyrsta kynni af Lia. Hún birtist einnig sem teiknimyndapersóna. Lia var í heildarvesti og tutu, allt í fjólubláu. Hún var með ljóst hár í stuttri hestaskotti og fjólubláa sólgleraugu yfir augunum. Hún leit út fyrir að vera fjörleg, vinaleg og sæt þegar hún gekk yfir skjáinn. Hún sneri sér við og stöðvaðist, eins og fyrirsæta á tískupölli, og tók stellingu.

E-Z hvæsdi; hann gat ekki stillt sig.

"Jæja, að minnsta kosti lít ég ekki út eins og posari með falskar vöðvar!" sagði hún.

E-Z lét ekkert frá sér.

Teiknimyndaða Lia rétti úr örmum sínum fram, lófa niður að gólfinu. Svo, voila, snéri hún þeim við. Vinstri augað í lófanum opnaðist, og svo hið hægra. Augun blikkaðu í takt. Lia hélt stellingunni, og flautaði svo í gegnum fingurna.

"Ég vildi að ég gæti gert svona!" sagði hún og reyndi að herma eftir teiknimyndútgáfu af sjálfri sér.

E-Z flautaði.

"Sjálfhverfa," sagði hún og hnippti í hann með olnboganu.

Nú birtist Litla Dorrit á skjánum. Hún var glæsileg og kvenleg, og eins hvít og snjór. Einhyrningurinn flaug til Liju, lenti og lækkaði höfuðið svo litla stelpan gæti klappað henni. Lia stökk á bak og Little Dorrit flaug við hlið E-Z. Þær svifu, og sneru síðan höfðunum.

Þetta var merki Alfreds. Í teiknimyndarformi virtist skær appelsínugult nef hans glitra í ljósinu. Það stóð í beinu andstæða við sælgætis-epla-rauða slaufu hans. Þegar hann gekk að Lia og E-Z plöskuðu vöðlaðir fætur hans eins og sogskálkar.

"Fætur mínir gera ekki þennan hljóm!" sagði Alfred.

"Æh, þau gera það líka," sagði E-Z með kankvísu brosi, þegar Alfred á skjánum breiddi úr vængjunum og flaug til hliðar við tvo félaga sína.

Þrírnir pózuðu. E-Z var í miðjunni, Lia til vinstri og Alfred til hægri. Þá gerðist það. Þrírnir – eða réttara sagt Lia og E-Z – réttu upp þumalfingrana. Alfred gerði fyrir sinn hluta vængja upp-geste.

"Þetta er vandræðalegt," hvíslaði E-Z að Alfred.

"Það má segja!"

"Hsss," sagði Lia þegar talan á skjánum hófst. Það var rödd Arden, en tónninn var lægri. Hann hljómaði eins og spilakastari í spurningakeppni.

"Ef þú þarft ofurhetju...E-Z, Lia og Alfred – einnig þekktir sem Þrír – eru til þjónustu reiðubúnir tuttugu og fjórum stundum dags, sjö daga vikunnar. Hringdu í ***-***-**** eða sendu skilaboð á samfélagsmiðlum.

Þegar þú þarft einhvern til að hjálpa þér...hringdu í Þrjámenningana. Þeir verða þér til staðar...strax. Þú getur treyst á þá...því þeir eru bestir sem þú munt sjá. Átján tíma á dag, sjö daga vikunnar...ánægja tryggð."

"Og nú að stóra endanum," sagði Arden.

Þrírnir fóru með hendur fyrir brjóst sér. Alfred lagði vængina saman.

"Æh, það er ekki hægt," sagði Alfred.

"Ssss," sagði Lia.

Annars vegar á fætur hinum hvorum, hvor með kinnunginn fram, tóku Þrírnir pósa.

PJ ýtti á hlé.

"Í ljósi þess sem þú sagðir um lögsagnarumdæmi gætum við þurft að breyta þessum hluta," sagði hann. Hann ýtti á spila.

"Engin vinna er of stór né of lítil fyrir okkur!" sagði tölvugerð útgáfa af rödd E-Z.

Síðan fór hringur í miðju skjásins hring eftir hring, eins og Wi-Fi væri að reyna að finna merki. Nú fyllti orðið BAM! skjáinn. Síðan orðið SOCKO!

Þau horfðu á meðan E-Z bjargaði ketti sem var fastur uppi í tré.

"Æi bróðir," sagði hann.

Rödd teiknimyndapersónu hans hélt áfram.

"Við erum Þrír

Við erum hér fyrir þig!

Köttur fastur í tré...

Við fáum hann niður fyrir þig!"

Sýnt var af E-Z að afhenda fjölskyldu björgaða köttinn.

"Æh, þetta gerðist aldrei," sagði hann.

"Við, æh, tókum okkur smá skáldaleyfi," játaði Arden.

"Við getum lagað allt sem þér líkar ekki," sagði PJ.Nú birtist hringurinn aftur á skjánum og snerist hring eftir hring. Þegar hann stöðvaðist fylltist skjáinn af orðinu BANG! Á eftir kom orðið ZIP!

Á skjánum bjargaði teiknimyndapersónan E-Z flugvél fullri af farþegum. Þegar hann setti vélina niður klöppuðu hundruð áhorfenda á flugbrautinni.

"Svona er nú betra," sagði hann.

"Ssss," sagði Lia.

Á skjánum sagði E-Z:

"Vegna þess að við erum vinir þínir!

Þjónustan okkar er ókeypis.

24/7

Vegna þess að við erum Þrír!"

Hringurinn birtist aftur, snúinn hring eftir hring. Á eftir komu BINGO! og BAM!

Nú var björgunin á rússíbana endurskipuð í teiknimynd. Hún var mjög góð. Svo nákvæm að þeir gátu lykt af sykurskúfi og karamellukorni.

"Ó!" sagði E-Z.

Lia klappaði.

Alfred hrist hálsinn fram og til baka eins og hann hefði nýlega verið úðaður með mjög kaldu vatni.

"Mér líkar þetta mjög vel!" sagði Lia. "Og takk fyrir að setja inn uppáhalds litinn minn. Hvernig vissirðu það?"

"Ég tók eftir því, þú ert mikið í honum," sagði PJ. Kinnarnir hans roðnuðu. "Mér er svo létt yfir að þér líki það."

"Hvað finnst þér, E-Z?" spurði Arden.

Alfred leit til E-Z.

"Þetta var, eh," sagði E-Z, "eh...góð tilraun."

"Maturinn er tilbúinn, komið og fáið ykkur!" kallaði Sam.

"Látið afmælisbarninu fara fyrst," sagði Samantha.

E-Z gekk yfir lóðina með Alfred.

"Þetta kallast fullkomin tímasetning," sagði hann.

"Já, þessi tveir eru ennþá fífl," svaraði Alfred.

"En hjörtu þeirra eru á réttum stað. Þetta er snjöll hugmynd, bara aðeins of mikið fyrir okkur."

"Aðeins?" hreykti Alfred sig.

"Allt í lagi, mjög mikið, en þau reyndu þó. Við getum haldið því sem okkur líkar og losað okkur við restina."

Þegar allir höfðu fengið sér að borða, settust þeir við útiborðið og borðuðu. Himinninn breyttist og bjartar stjörnur fylltu himininn umhverfis þá. Þeir borðuðu sig saddir, svo tók Samantha fram afmæliskökuna sem hún hafði bakað og allir sungu "Til hamingju með afmælið!"

"Ræðu! Ræðu!" hvatti Arden og fljótlega tóku allir undir.

E-Z hugsaði í nokkrar sekúndur.

"Takk fyrir að gera fimmtánda afmælið mitt sérstakt. Mig langar að taka mér eina mínútu til að minnast mömmu minnar og pabba míns og deila með ykkur fæðingardagsminningu. Er það í lagi? Ég lofa að ég verð ekki of tilfinningasamur."

Allir kinkuðu kolli.

Samantha, sem hafði verið mjög tilfinningasöm síðan hún varð ólétt. Hvort sem það voru gleðitár eða sorgartár, þurrkaði hún burt tár áður en hann hafði einu sinni byrjað. "Mér líður vel," sagði hún, þegar Sam lagði handlegginn utan um hana.

"Það var á fimmta afmælisdaginn minn. Ég vildi ekki hafa veislu, heldur bað ég um að fá að fara í bíó í staðinn. Í stað þess að líta í dagblaðið til að athuga hvað var sýnt, ákváðum við bara að mæta þangað og ákveða hvað við myndum sjá á staðnum. Þau sögðu að ég mætti velja, þar sem ég var afmælisbarnið."

Hann lokaði augunum í augnablik.

Hann var aftur kominn þangað í bíóið. Þarna var mamma, alveg í mörgum lögum í vöðskublaðri. Hún var með eyrnahúfur og nuddaði saman hendurnar eins og hún gerði alltaf. Mamma var alltaf í hanskum og kvartaði yfir því að fingurnir hennar yrðu kaldir.

Pabbi var í bláum kjóli sem náði niður á hné yfir gallabuxum. Hann vildi ekki vera með húfu þegar hann fór í bæinn, því hún myndi klúðra hárinu hans. Hann var án hanska. Hanskalausar hendurnar voru stungnar niður í vasa kjólsins með lyklunum.

E-Z lyktar af loftinu. Hann greindi smjörsteiktan poppkorninn inni í bíóinu og beið þess að þeir færu inn og pöntuðu hann.

Þau voru að skoða veggspjöldin.

"Hvað með þetta?" sagði mamma hans.

"Nei, E-Z kýs frekar hitt?" sagði pabbi hans.

Hann opnaði aftur augun.Í stað þess að vera í bakgarðinum með fjölskyldu sinni og vinum var hann aftur kominn í korngeymsluna – aftur. Hann hafði ekki komið þangað aftur síðan yfirdjöflarnir brut við samninginn sinn.

"Til hamingju með afmælið!" hrópaði röddin í veggnum.

Veggspjald opnaðist í veggnum við hlið hans og bollakaka poppaði út. Á henni stóð: "Til hamingju með afmælið, E-Z." Í miðjunni var ein kerti sem var þegar kveikt.

"Njóttu!" sagði röddin og lét hníf og gaffal detta á borðið við hlið hans.

"Æh, takk," sagði hann. "Af hverju er ég hér?"

"Bíðutími er fjórar mínútur," sagði pirrandi röddin. "Vinsamlegast sitjið kyrrir."

Eins og hann hefði val í málinu.

KAFLI 1
TRUFLAÐ AFMÆLI

E-Z SNERTI EKKI BOLLAKÖKUNA sem lá fyrir framan hann, þótt hún liti vel út og lyktin væri góð. Hann velti fyrir sér hvað væri að gerast á partýinu hans heima. Að minnsta kosti vissi hann að þeir gætu ekki skorið kökuna fyrr en hann blés út kertin og óskaði sér ósk. Einhver afmælisveisla heima þegar hann var ekki einu sinni þar!

"Komdu mér héðan!" hrópaði hann. "Ég er að missa af fimmtán ára afmælisveislu minni og ég var mitt í því að segja sögu."

Þakið á kornageymslunni opnaðist og Eriel flaug að honum eins og eldingur í stormi.

"Gott er að sjá þig aftur, fyrrverandi verndarlingur," sagði hann.

"Tilfinningin er ekki gagnkvæm. Hvers vegna er ég hér? Ég hélt að ég væri búinn með ykkur alla og það er afmæli mitt – ég þarf að komast aftur þangað."

"Já, ég biðst afsökunar á tímasetningunni – en við gátum ekki látið afmælið þitt líða hjá án þess að óska þér að minnsta kosti til hamingju."

"Æh, takk, held ég."

"Og þar sem þú ert hér, af hverju prófarðu ekki afmæliskökubita? Og ekki gleyma að óska þér eitthvað – þú munt þurfa alla þá hjálp sem þú getur fengið!" sagði erkiengillinn og hló hæðnislega.

Við hlið E-Z opnaðist gluggi og vélræn handleggsgrein kom út með kveikt kveikjandi. Hún kveikti logann, dró sig svo snöggt aftur inn í vegginn að kveikjandi slokknaði. E-Z horfði á logandi kertið.

Hann velti fyrir sér hvað síðasta athugasemdin þýddi en gerði ráð fyrir að Eriel væri að stríða honum. Hugur hans tómlaust. Hann gat ekki hugsað sér neitt eitt sem hann vildi óska sér. Annars var hann aftur heima hjá sér með vinum og fjölskyldu að fagna afmæli sínu. Þegar hann blés út kertið hóf Eriel að syngja. Það var glæsileg flutningur á laginu "For he's a jolly good fellow, which nobody can deny."

"Engin móðgun," sagði E-Z, "en þú átt að syngja Til hamingju með afmælið."

"Það er hugurinn sem skiptir máli," sagði Eriel. "Nú þegar afmælisþættinum af heimsókn þinni er lokið, langar okkur að vita, hefurðu leyst gátuna enn?"

"Gátu? Hvaða gátu?"

"Já, við lögðum til að þú reyndir að tengja saman – í tilraunum þínum í fortíðinni. Manstu þegar við sögðum að við vildum ekki gefa þér allt á silfurfati? Hefurðu haft nokkra heppni með það?"

"Ó, mér fannst þetta hvorki forgangsatriði né gáta sem ég ætti að leysa, sérstaklega þar sem þú dróst til baka úr tilboði þínu. En já, ég var að skrifa í glósubókina mína, skrá það sem við höfum áorkað hingað til, og ég tók eftir nokkrum tengingum við spilun en þær voru algjör tilviljun."

"Tilviljun! Alls ekki. Atburðirnir tengjast – það sér hver sem er!" sagði Eriel og hélt röddinni niðri til að halda skapi sínu í skefjum.

"Æ, afsakaðu, en tilviljanir gerast allan tímann. Veistu hversu mörg börn spila tölvuleiki? Ég leitaði á netinu. Árið 2011 stóð að níutíu og eitt prósent af börnum á aldrinum tveggja til sautján ára spila á hverjum einasta degi. Það eru um sextíu og fjórir milljónir barna um allan heim."

"Ah, svo þú hefur einbeitt þér að því. Það er gott. Hefurðu komist að einhverju öðru um það? Eða einhverjar áhyggjur sem þú gætir haft? Einhver ástæða fyrir að þú ættir að gera frekari rannsóknir – rannsóknir eru góðar. Frumkvæði er mjög, mjög gott."

"Nei. Ég er frekar upptekinn við annað – skóla og allt það.

Auk þess, ef þú vilt að ég kanni þetta nánar – þá verður þú fyrst að sannfæra mig um að þetta sé annað en tilviljun. Ég skoðaði nokkrar fleiri tölfræði. Til dæmis spila fleiri stúlkur en nokkru sinni fyrr. Margar þeirra hafa stofnað fyrirtæki á YouTube og afla sér framfærslu. Ekki börn auðvitað, en samkvæmt tölfræði sem ég las á netinu árið 2019 voru 46 prósent spilara stúlkur."

Eriel bankaði langa, beinmjóu fingurgóti í kinnina á sér, eins og hann væri að velta fyrir sér því sem E-Z hafði sagt honum. "Ah, ég er aftur á ný hrifinn. Finnst þér þessar tölur ekki áhyggjuefni?"

"Æh, nei það finnst mér ekki," sagði hann og andaði djúpt, missti þolinmæðina yfir því að vera að missa af afmælinu sínu. "Er það mikilvægt að við gerum þetta í dag? Geturðu ekki komið mér hingað aftur einhvern annan tímann? Ekkert af því sem við erum að tala um hljómar alvarlegt."

Eriel hætti að banka og hægri augabrunna hans hækkaði. Hann staraði á afmælisbarninu.

"Eða er það það?" spurði E-Z.

Eriel beið áður en hann svaraði. Hann vafði tungu sinni um orðin, eins og honum væri erfitt að koma þeim út. Hann hækkaði röddina í sopran og sagði, "Eitthvað annað um þessi tvö atvik? Eitthvað sem gæti vakið áhyggjur? Eitthvað sem gæti kveikt undir þér?"

E-Z óskaði þess að Eriel myndi bara koma beint að efninu. Hann vildi ekki gera sig hlægilegan með því að segja hið augljósa eða hafa rangt fyrir sér.

"Rafael hafði rétt fyrir sér, þú ert dálítið þykk."

"Hæ!" hrópaði E-Z. "Ef þú þarft hjálp mína, þá ertu að fara mjög skrýtna leið til að fá hana." Hann renndi fingri sínum í rjómalaginu á bollanum og sögði hann. Það bragðaðist vel, eins og sykursmjör. "Morð. Annar var að reyna að drepa mig, og hinn var að drepa fólk í verslun. Báðir sögðust hafa haft leikinn sem hvöt."

"Nagla á höfuðið," sagði Eriel.

"Og?"

"Aldrei að vita!" Eriel hvarf í gegnum loftið, syngjandi: "Þykkur eins og steinn, þykkur eins og steinn, þykkur eins og steinn."

E-Z lyfti hnefum sínum í loftið. "Komdu aftur hingað og segðu það við mig í andlitið!

"Hlátur Eriels ómaði um veggina.

PFFT.

"Jæja, takk," sagði E-Z, og fannst hann aftur kominn heim á veisluna sína. Allir voru uppteknir, spiluðu leiki, gerðu sitt eigið – eins og hann væri ekki þar – sem hann reyndar hafði ekki verið.Hann horfði á Sam taka sinn snúning í stiga- og kúluleiknum. Hann var ekki sérstaklega góður í þessu, en E-Z gekk samt yfir og horfði á aðra tilraun hans. Eftir að hann hafði lokið kasti sínu, sem fór algjörlega framhjá markinu, gekk hann til hliðar við frænda sinn.

"Svo ég sé að þú ert enn að reyna að ná tökum á þessum leik," sagði E-Z.

"Já, þetta er hæfileiki sem þarf að læra. Að auki, hvar fórstu?"

"Eriel vildi óska mér til hamingju með afmælið, meðal annars."

"Æh, það var gott af honum. Var það ekki?"

"Jæja, þú þekkir Eriel. Hann gerir aldrei neitt án hvatar. Í þessu tilfelli vildi hann að ég gerði tengingu byggða á minningu."

"Minning um hvað? Foreldra þína? Slysið?":

"Nei, hann vildi að ég tengdi tvo af þeim sem stóðu að baki réttarhöldunum. Sem ég gerði reyndar. Síðan fór hann og sagði að ég væri þykk eins og steinn."

"Hversu dónalegt!" hrópaði Lia. Hún hafði hlustað með öðru eyrað þar sem henni leið ömurlega af leiðindi yfir kúlukastleiknum.

"Og líka á afmælisdaginn þinn," sagði Alfred. Hann var enn vonlausari en Sam þar sem hann þurfti að kasta boltunum með goggnum sínum.

"Viltu prófa?" spurði PJ og rétti boltanum til E-Z sem færði stólinn sinn aftur fyrir markmiðið og kastaði svo boltanum. Hann skaut í efri stangann, snéri sér nokkrum sinnum og lenti í verðlaunastaðnum.

"Svona gerir maður það!" sagði Sam.

"PJ og ég höfum verið að kasta svona allan leikinn," sagði Arden.

"Ah, en þú ert ekki bróðursonur minn," svaraði Sam.

Veislan hélt áfram þar til orðið var of dimmt til að spila fleiri leiki, og allir ákváðu að syngja ekki saman.

PJ og Arden héldu heim á meðan E-Z og restin af félögunum fóru að sofa.

KAFLI 2
VANDAMÁL

TVEIMUR DÖGUM EFTIR AFMÆLISVEISLUNA hjá E-Z lentu PJ og Arden í smá vandræðum.

Það var Lia sem fékk fyrirboð um að eitthvað væri að. Hún sagði Alfred og E-Z frá sýn sinni: "Það var eins og þau væru í dái. Og þau sátu bæði við skrifborðin sín og staraðu á tómar tölvuskjáir."

"Ekkert óvenjulegt við það," sagði E-Z. "Þau spila oft saman í tölvuleiki, og kannski voru þau sofandi."

"Með augun opin?"

"Allt í lagi, förum þangað yfir," sagði E-Z.

"Það er mitt í nóttinni!" hrópaði Alfred.

"En samt ættum við að kíkja á þetta."

Þrjú smygluðu sér út úr húsinu og ákváðu að fara fyrst til PJ, þar sem heimili hans var næst.

"Ég held ekki að foreldrar hans muni meta það að fá svo seint heimókn," sagði Alfred.

"Þeir munu skilja," sagði Lia og hringdi í hringhljómdyrabjölluna.

Stuttu síðar opnaði mjög syfjaður maður, sem nuddaði sér um augun, dyrnar gersveittur í náttfötunum – faðir PJ.

"Hver er það?" kallaði móðir hans inn úr húsinu.

"Þetta eru vinir PJ," sagði faðir hans. "Er eitthvað að?"

"Æh," sagði E-Z, "fyrirgefðu að trufla ykkur en við þurfum virkilega að hitta PJ. Þetta er brýnt."

"Þið ættuð þá að koma inn," sagði faðir PJ.

KAFLI 3

ÁÐUR

FYRR UM KVÖLDIÐ HÖFÐU PJ og Arden verið að vinna í ofurhetjuvefsíðunni. Þau höfðu uppfært upplýsingar og bætt við nokkrum nýjum þáttum.

Áður fyrr, þegar beiðni um aðstoð barst, var tölvupóstur sendur í pósthólfið. Næst þegar einhver skráði sig inn sá hann beiðnina og svaraði í samræmi við það. Með nýja kerfinu fengu E-Z, Arden og PJ tafarlaust textaskilaboð.Auk þess myndi sá sem óskaði eftir aðstoð fá sjálfvirkt svar með tímastimplum. PJ og Arden voru viss um að þessi sjálfvirka uppfærsla myndi auka traust og laða að sér meiri umferð á síðuna.

PJ og Arden settu einnig upp YouTube-rás með hlaðvarpi. Þetta var eitthvað nýtt sem þeim datt í hug í hugmyndafundi. Þau voru spennt að segja E-Z frá þessu. Þetta væri frábær leið til að auka sýnileika

Þriggja á netinu. Þau stofnuðu einnig samfélagsborð fyrir opna umræðu.

Kerfið flokkaði einnig innkomandi skilaboð. Til dæmis að bjarga ketti úr tréi. Þrír höfðu fengið mörg beiðnir um þessa þjónustu. Þar sem sveitarstjórnarmenn voru betur í stakk búnir til að svara þessum símtölum gerðu PJ og Arden það að Bláum kóða.Kóði Blár þýddi að þegar E-Z kom á vettvang til að bjarga köttinum hafði hann þegar verið bjargaður. Kóði Blár gaf til kynna að hann ætti að bíða og athuga hvort ástandið hefði verið leyst áður en hann lögði af stað.

Gul kóða-tilkynning gæti verið þegar einhver hafði gleymt lyklunum sínum eða læst þá inni í bílnum. Aftur á móti, þegar E-Z kom á vettvang, hafði málið þegar verið leyst. Ráðið var aftur að bíða og athuga áður en lagt var af stað.

Með því að flokka Bláu og Gulu kóðana gátu E-Z og teymi hans einbeitt sér að mikilvægustu útköllunum, þ.e. Rauðu kóðunum.

Rauður kóði var þegar líf eða útlimir voru í hættu. Frá því vefsíðan var sett upp höfðu Þrír engar beiðnir fengið í þessum flokki.

Sáttir við hvað þeim hafði tekist vel til ákváðu þeir að losa aðeins um gufuna. Þeir gengu í fjölspilunarleik.

"Þrjár stelpur," skrifaði PJ til Arden.

"Við ræðum við þær!" svaraði hann.

Leikurinn hófst og í fyrstu gekk allt eins og það gerði alltaf. Þeir voru að rífa stelpunum, fóru upp stig eftir stig og drápu allt sem fyrir komst. Þá stöðvaðist allt skyndilega.

KAFLI 4

HÚS PJ

E-Z, Lia, Alfred og foreldrar PJ gengu niður ganginn inn á herbergi hans. Það sem þau sáu var að mestu eins og Lia hafði ímyndað sér. Munurinn var sá að tölvuskjárinn var ennþá kveiktur. Hann blikkaði og logaði á meðan PJ virtist vera fast sofandi.

"Hvað er að honum?" spurði móðir PJ. "Hann ætti að vera í rúminu að sofa. Skoðaðu líkamsstöðu hans. Hann er sennilega orðinn vatnslaus. Ég skal ná í glas af vatni fyrir hann."

PJ-faðirinn gekk þvert yfir herbergið og hrist son sinn í axlunum. Hann bjóst við að sonur hans myndi vakna, en það gerði hann ekki. Í staðinn renndi hann sér niður í stólnum og hefði dottið niður á gólfið hefði faðir hans ekki gripið hann. Hann bar son sinn og lagði hann í rúmið hans.

Móðir PJ kom aftur, setti vatnið á hliðaborðið og lagði varir sínar að enni sonar síns. "Engin hiti," sagði hún.

Faðir PJ lyfti efri augnlokinu á syni sínum og sá að aðeins hvítu augastefnin voru sjáanleg. "Hringið í 911," hrópaði hann.

"Nei, ég held að við ættum að hringja í heimilislækninn okkar, doktor Flannel," sagði móðir PJ. "Hann hefur komið hingað áður í heimvisitu. Þegar um neyðartilfelli hefur verið að ræða – og þetta er sannarlega neyðartilfelli."

"Frú Handle," sagði E-Z, "honum mun líða vel."

"Auðvitað mun honum líða vel," svaraði hún, á meðan herra Handle fór út úr herberginu til að hringja í lækninn Flannel.

Þegar hann kom til baka biðu þau öll þögul saman, og horfðu á PJ sofandi. Eins og þeir væntu að hann myndi stökkva upp og byrja að gera sig heimskann. Það hefði verið alveg eins og hann að leika sér að þessu. Að blekkja þá.

Herra Handle var órólegur, sveiflaði fæti upp og niður á meðan hann sat. Hann stóð upp, gekk yfir gólfið og beygði sig niður til að skoða harða diskinn. Hann lyfti fæti, eins og hann ætlaði að sparka í hann, en breytti um skoðun í síðustu stundu og dró snúruna úr innstungunni.

Þau horfðu á þegar herra Handle fór að skjálfa um allan líkamann þar til hann sleppti innstungunni. Hann sneri sér við og gekk að þeim. Á eftir honum streymdi reykur út úr harða disknum. Sekúndum síðar sprakk skjámyndin.

"Gríptu slökkvitækið!" hrópaði Alfred, en E-Z hafði þegar gripið glasið af vatni og kastað því á kassann. Það hvæsandi og sameinaðist skjánum, bæði algjörlega dauð.

Móðir PJ hljóp til eiginmanns síns og hjálpaði honum að setjast niður. "Læknirinn getur líka kíkt á þig þegar hann kemur," sagði hún. "Þú ert svo heppinn. Ég ræð ekki við að ykkur bæði sé meitt."

"Mér líður vel," sagði Herra Handle.

En fyrir Þrjá leit hann alls ekki út fyrir að hafa það gott. Hann var fölur, dálítið grænn og dálítið grár.

"Ekki hafa áhyggjur," sagði herra Handle. "Takk fyrir snöggt hugmyndaflug, E-Z." Síðan til konu sinnar: "Gott að þú komst með vatnið inn."

"PJ verður mjög reiður þegar hann sér að tölvan hans er eyðilögð."

"Nú, nú," sagði herra Handle. "Hann mun skilja það."

Augljóst var að hann væri að jafna sig betur, því Þrírnir tóku eftir að öndun hans var orðin eðlileg og fölleittin horfði af honum.

Þar sem allt virtist í lagi nefndi E-Z Arden. "Á meðan þið bíðið eftir lækninum þurfum við í raun að kíkja á Arden. Við teljum að hann gæti verið í svipaðri stöðu."

"Þeir leika sér oft saman, en hvað í ósköpunum gæti hafa valdið þessu?" spurði herra Handle.

"Ég veit það ekki, en má ég fara og athuga með Arden?"

"Farðu endilega," sagði frú Handle.

"Lia mun vera hér með þér," sagði E-Z. "Hún getur látið okkur vita, og ef þið þurfið á okkur að halda, komum við strax aftur."

"Takk fyrir, E-Z og Alfred," sagði herra Handle, á meðan hann fylgdi þeim að útidyrunum.

KAFLI 5

HÚS ARDEN

E-Z OG ALFRED GENGU til Ardenar. Áður en þeir fengu einu sinni tækifæri til að banka opnaði faðir Ardenar, herra Lester, hurðina.

"Hvernig vissirðu það?" spurði hann.

E-Z gat ekki sagt honum sannleikann. Svo í staðinn samdi hann upp lygi. "Æh, ég hef verið besti vinur Ardenar alla ævi, svo ég veit svona þegar eitthvað er að. Má ég sjá hann?"

"Jú, komið inn í herbergið hans," sagði móðir Ardens, frú Lester. "Ekki láta ykkur skelfast. Hann er bara sofandi. Hann verður fínn á morgun."

Herra Lester tók hönd konu sinnar og leiddi hana niður ganginn að herberginu þar sem Arden svaf djúðum sveinum.

"Ó," hrópaði Alfred þegar hann sá hann. "Hann lítur út fyrir að vera í áfalli."

"Skoðaðu undir augnlokin hans," sagði herra Lester.

E-Z dró aftur augnlok vinar síns. Pupillinn hjá PJ sást, en hann var stærri og leit út fyrir að hann gæti sprungið út úr augnholunni hvenær sem er. Hann lokaði aftur augnlokinu yfir hann.

Alfred hó-hó-aði. Það var það sem Lester-hjónin heyrðu. Hann sagði: "Hvað í ósköpunum veldur þessu? Ótti? Eða eitthvað alvarlegra, eins og flog?"

E-Z hnippti öxlum án þess að svara. Lester-hjónin voru þegar nógu hrædd og stressuð, auk þess myndu þau bara vera að giska.

"Hvar nákvæmlega fannstu hann?" spurði E-Z.

"Hann var sitjandi fyrir framan tölvuna sína," sagði frú Lester.

"Var skjárinn kveiktur?" spurði hann.

"Já, það var hann," sagði herra Lester. "Við höfum hringt í heimilislækninn okkar. Hann er upptekinn núna í öðdu símtali en hann mun hafa samband við okkur."

"Þau hafa þegar hringt í lækni til PJ, einhvern Dr. Flannel. Leyfðu mér að hringja í Lia og athuga hvort hann hafi komið með greiningu ennþá."

"Þau eru nánast eins," sagði hann.

"Hvað áttu við með nánast?"

Hann hjólaði út úr herberginu. Ekki þurfti að hafa Lestera-fjölskylduna meira áhyggjufulla en þau voru nú þegar. Hann hvíslaði í símann, "Nemendur hans sjást enn, en þeir eru risastórir. Eins og sár sem eru að springa!"

"Æsj!" sagði Lia. "Kannski ætti hann að fara á sjúkrahús?"

"Þau hafa hringt í heimilislækninn sinn, en hann er ekki tiltækur. Svo látið mig vita um leið og Dr. Flannel gefur álit sitt og ég mun koma því áfram. Þið gætuð sagt honum frá auga Ardens og spurt hvort hann myndi ráðleggja tafarlausa innlögn."

"Gert. Ég læt í mér heyra."

Hann útskýrði allt fyrir Lester-hjónunum. Þau staraðu fram fyrir sig með tómum svipum. Hann var áhyggjufullur um hvernig þau tóku þetta allt saman.

"Vill einhver heita tebolla?" spurði frú Lester.

"Nei, takk," sagði E-Z. Frú Lester var ein af þeim mæðrum sem töldu að te gæti leyst flest vandamál.

Herra Lester fylgdi eiginkonu sinni inn í eldhúsið.

"Tökstu ekki venjulega þátt í leikjunum þeirra?" spurði Alfred nú þegar hann og E-Z voru einir með Arden.

"Stundum," sagði E-Z, "en undanfarið, ef ég hef eitthvað laust tíma, eyði ég honum yfirleitt í að skrifa. Ég fæ ekki mikinn tíma fyrir sjálfa mig þessa dagana."

"Skiljanlegt. Mér þykir leitt ef ég er að hanga of mikið."

"Nei, það er í lagi. Ég þarf að koma mér betur í lag. Skólaráðin eru að verða flóknari, þú veist að við erum á leiðinni í starfsferil og til útskriftar. Þeir vilja að við vitum hvert við erum að fara, en við vitum ekki einu sinni hvert við erum komin ennþá."

"Ég man eftir þessum dögum, en þú munt komast að því. Allavega, mér er létt yfir að þú varst ekki að spila leikinn með þeim – annars gætirðu verið í sama ástandi og þau eru í."

"Satt. Ég get ekki ímyndað mér hvað gæti hrætt þá svona mikið... ef það er það sem gerðist. Ég meina, leikur er leikur – ekki raunveruleikinn. Þetta hlýtur að hafa verið ansi harðari keppni."

Lester-hjónin sneru aftur inn í herbergi sonar síns.

"Hvað gerðist?" hrópaði frú Lester.

Augnlokin á Arden voru nú opin, og innanverðin alhvít. Eins og hjá PJ, höfðu augasteinarnir hans horfið.

E-Z fékk déjà vu-tilfinningu þegar herra Lester gekk þvert yfir herbergið og beygði sig niður til að rífa það úr sambandi.

"Hættu!" hrópaði E-Z. "Snertu það ekki!"

Herra Lester stöðvaðist.

"Herra Handle næstum því fékk raflost þegar hann snerti það. Það besta er að láta það í friði."

"Ó, guð sé lof að þú varst hér og varaðir mig við," sagði herra Lester.

"Já, takk E-Z. Ég hefði ekki ráðið við það ef sonur minn og eiginmaður minn slösuðust báðir. Ég hefði einfaldlega ekki ráðið við það." Hún gekk yfir herbergið og lagði hendur sínar um eiginmann sinn.

"Eftir á hrundi tölvan hans, skjárinn sprakk og reykur kom úr henni," útskýrði E-Z.

"Svo tölvan hans PJ er brennd, steikt – búin á burt. Á meðan tölvan hans Arden er enn heil. Ef við komumst að því hvernig á að komast inn í hana – örugglega – gætum við kannski komist að því hvað gerðist með þá. Fyrst þarf ég að hringja í frænda Sam og biðja hann um hjálp. Hann er tæknimaður í upplýsingatækni svo hann muni vita hvað á að gera."

"Bíddu," sagði frú Lester. "Ertu að segja okkur að bæði PJ og Arden séu, eins?"

Hann kinkaði kolli.

"Ég hef alltaf sagt að tölvur væru illar!" sagði hún. "Arden minn er íþróttamaður. Hann hefði átt að vera úti að spila íþróttir, ekki sitjandi við tölvuna sína að sóa tíma sínum." Hún grét upp í brjósti eiginmanns síns og hann faðmaði hana.

"Tölvur eru nauðsynlegar í skólanum," sagði herra Lester. "Sonur okkar gerði ekkert rangt og ég er viss um að hann verði aftur sjálfum sér líkur hvenær sem er. Hann þarf smá svefn. Smá hvíld, það er allt. Hann verður fínn."

Alfred hóstaði.

E-Z fékk skilaboð á símann sinn. "Lia segir að læknirinn Flannel hafi sagt þeim að láta PJ vera þar sem hann er. Hann sagði að augun hans ættu að snúast aftur eðlilega af sjálfu sér. Hann segir að PJ virðist ekki vera í neinum sársauka. Hjartsláttur hans og púls eru eðlileg. Hann þarf hvíld."

"Takk fyrir," sagði herra Lester.

"Takk fyrir að kíkja við," sagði frú Lester. "Við látum ykkur vita ef einhverjar breytingar verða.

"E-Z og Alfred fóru eftir langa heimsókn og hittust við Lia og þau gengu öll heim saman.

"Ég get ekki annað en velt því fyrir mér," sagði E-Z, "hvort þetta með PJ og Arden sé ætlað að vera prófraun. Eriel gaf í skyn að ég ætti að hafa áhyggjur af einhverju. Að ég ætti jafnvel að vilja kanna málið. Ef svo er, þá veit ég ekki hvernig ég á að laga þetta. Hefurðu einhverjar hugmyndir? Fyrir utan að fá frænda okkar Sam til að hjálpa okkur að komast inn í tölvuna hjá Arden – ég er algjörlega ráðvillt hérna."

"Það er skrítið, ef þetta er prófraun," sagði Alfred. "Vegna þess að prófraunir eru orðnar úreltar, ekki satt?"

"Það er rétt, en ef PJ og Arden slasast, þá hef ég engan annan kost en að blanda mér í málið. Þó að erkienglarnir hafi brotið samninginn okkar."

"Þau virðast bæði svo frá sér. Hvað ætlast þau til að þú gerir? Þú hefur ekki lækningamátt eða neitt slíkt," sagði Alfred.

"En ÞÚ HEFUR!" sagði Lia.

"Ég hef það, en þá er hann virkur. Ég reyndi að eiga samskipti við hugi þeirra. En það var eins og þeir væru tómir. Ég náði ekki til þeirra. Til að lækna þá þyrfti að vera einhvers konar tenging. Og það var ekkert sem ég gat tengst.

"Ég er sífellt að velta fyrir mér hvort ég eigi að kalla á Ariel til aðstoðar. Hún er engill náttúrunnar. Kannski getur hún bent á eitthvað, eða gert eitthvað sem ég get ekki."

"Þetta er lofsverð hugmynd," sagði E-Z.

JÍHÚ!

Aríel kom.

"Hvað er að gerast?" spurði hún.

Alfred útskýrði stöðuna.

E-Z spurði hvort þetta væri prófraun sem æðstu englunum væri að reyna að smeyga inn eftir á.

"Hvort sem er, þá verðurðu að hjálpa vinum þínum," sagði hún. "Þú vilt hjálpa þeim, ekki satt?"

"Auðvitað geri ég það, en það sem ég þarf að gera, hvaða aðgerð ég þarf að grípa til í prófraun er yfirleitt augljósara."

"Heyrði ég ekki hvísla um að þú gætir ekki tekið frumkvæði?" spurði Ariel.

"Ertu að gefa í skyn," spurði E-Z og hélt röddinni niðri svo hann missti ekki þolinmæðina, "að æðstu englunum hafi sett vini mína í dái til að prófa frumkvæði mitt?"

Aríel brosti. "Nei, ég er ekki að gefa í skyn neitt slíkt. En, ef þetta væri málsókn, hvað myndir þú gera til að hjálpa þeim?"

"Þegar mér er sett málsókn fyrir framan mig fer hugurinn minn í gang. Ég veit hvað ég á að gera til að laga það og ég geri það. Með þetta hef ég enga hugmynd um hvað ég eigi að gera til að laga það. Þeir eru í læknisfræðilegri hættu. Ég er ekki læknir.

"Ariel lagði hendur yfir sig. "Hvað reyndir þú, Alfred?"

"Ég reyndi að tengjast hugum þeirra beggja. Venjulega, ef ég get læknað menn eða veru, er til tenging – tenging sem ytri kraftur hefur ekki rofið. Í báðum tilfellum var eins og hurðin hefði verið skelltið fyrir og ég gat ekki brotist í gegnum hana."

"Þú hefur þá svarað eigin spurningu," sagði Ariel. "Er eitthvað fleira sem ég get aðstoðað þig við?"

"Þú varst nú ekki mikil hjálp," sagði Lia.

Alfred baðst afsökunar.

JÆJA!

Og Ariel var horfin.

"Þú ættir ekki að tala við hana svona," sagði Alfred. "Ef hún hefði getað hjálpað okkur, hefði hún gert það."

"Mér þykir það leitt en það er pirrandi þegar þeir vita ekki meira en við. Þeir eru erkienglar! Þeir ættu að vita eitthvað sem við vitum ekki, annars hvað er þá tilgangurinn með þá?" spurði Lia.

"Átt þú við að Haniel geti alltaf leyst hvaða vandamál sem er?"

Lia hnippti öxlum. "Ég hef ekki átt mörg slík til að ræða."

E-Z sagði: "Eriel er gagnslaus. Í hvert skipti sem ég hef beðið hann um hjálp hefur hann neitað mér. Já, hann gaf mér ráð. Sagði mér að finna það út sjálfur.

"Eins og þegar hann kallaði á mig síðast, gaf hann í skyn einhvers konar samsæri, eða tengingu, eins og hann kallaði það.

"Þegar ég giskaði á hvað það var – að spila leikina – að það væri tenging, var hann samt gagnslaus. Ég óska þess að þeir myndu bara segja það. Hvort sem er, þá get ég einbeitt mér að því að koma tveimur vinum mínum út úr þessu ástandi."

"Sérðu hvað ég meina?" sagði Lia. "Allir æðstu englarnir eru algjörlega gagnslausir."

"Haniel hjálpaði þér þegar þú meiddir augun," minnti Alfred hana.

Lia sneri baki við honum.

"Vona að læknirinn hafi haft rétt fyrir sér og að þau verði bæði sjálfum sér lík á morgun," sagði E-Z. "Það er allt sem við getum gert."

Þegar þau komu heim núna, fóru þau út í bakgarðinn. Þau sögðu hæ við Little Dorrit, horfðu á sólarupprásina og spjölluðu um næstu skref.

E-Z rifjaði upp nokkur atriði sem höfðu verið að plaga hann. Í Hvíta herberginu höfðu þau hvatt hann til að tengja punktana. Nýlega hafði Eriel hjálpað honum að afmarka málið.

Hann rifjaði upp allt sem stelpan í búðinni hafði sagt honum. Hvernig hún hafði tekið fólk gísla, eins og í leik. Hvernig hún var í búningi, svo hún leit út eins og leitarveiðimaður í leiknum.

Næst rifjaði hann upp smáatriðin um drenginn fyrir utan húsið hans. Drengurinn hafði sagt hreint út að honum hefði verið sent til að drepa E-Z af röddum í leiknum og ef hann gerði það ekki yrði fjölskylda hans drepin.

Síðan hugsaði hann um þátttöku Eriels og hinna erkiengilanna í prófunum. Nú voru PJ og Arden komnir inn í þetta.

Myndu erkienglarnir nota þau sem aðgang til að ná til hans? Var það hans sök – að hafa verið of hægur við að leysa gátuna sem þau höfðu gefið honum? Erkienglarnir sögðu að þeir væru búnir með hann. Þeir höfðu aflýst prófunum og hann var feginn að losna við þau. Hvers vegna voru þeir komnir aftur, að reyna að koma á nýrri tengingu við hann? Þetta gat ekki verið tilviljun.

Hann opnaði munninn til að segja Alfred og Lia hvað hann var að hugsa – í staðinn lenti hann aftur í silóinu. Aðeins að þessu sinni var gámurinn úr gleri í stað málms og hann var án stólsins síns.

KAFLI 6

UP SÍÐA NEDUR

E-Z HÉKK UPP SÍÐA niður í glerkúlu og horfði á græna, græna grasið á jörðinni. Hann var hátt yfir því og höfuðverkurinn var svo mikill að hann óttaðist að það myndi springa og skvettast um alla ílátinu. En sem betur fer hélt eitthvað honum uppi. Hvað það var vissi hann ekki.

Ólíkt hinum sinnum sem hann hafði verið í geymslustokknum var hann ekki festur (eða stóllinn hans) á sínum stað. Hitt sem var honum áhyggjuefni, að hanga svona öfugur, var að hann myndi ekki sjá Eriel koma. Né myndi hann geta lykt af honum.

Um leið og hann hugsaði til Eriels hreyfðist ílátið. Hann óttaðist að detta. Hann vildi grípa í eitthvað en það var ekkert til nema loftið. Hann lagði handleggina utan um sig. Þá fann hann hreyfingu. Glerkamburinn sneri sig hundrað áttatíu gráður réttsælis. Höfuðið líkaði honum strax betur, varð skýrara, og hann beindi athygli sinni að því að komast út. Því fyrr því betra.

En of seint, hluturinn hreyfðist, sneri sér svo aftur um eitt hundrað áttatíu gráður. Svo hann lenti aftur þar sem hann hafði byrjað.

"Hæ, Doody," öskraði Eriel og þrýsti andliti sínu að glerinu. Síðan bankaði hann og söng: "Láttu mig inn, láttu mig inn."

"Komdu mér út héðan!" hrópaði E-Z.

"Rólegur," hvíslaði Eriel. "Þú ert hér af góðmennsku hjarta míns. Ég vildi segja þér það persónulega: vinir þínir eru í hættu."

"Átt þú við PJ og Arden?" Eriel kinkaði kolli. "Jæja, það veit ég nú þegar! Þú mikli fífl!"

"Stöng og steinar brjóta bein mín, en nöfn geta aldrei sært mig," söng Eriel.

"Ef þú færð mig ekki héðan – strax – þá mun ég gera þér meira illt en stöng og steinar geta gert!"

Eriel bankaði beinum fingri sínum við hökuna. Hann var jú ennþá með réttu viti, sem var kostur miðað við sjónarhorn E-Z.

"Ég vildi að þú vissir að þrátt fyrir að vinir þínir séu í hættu þarftu ekki að hafa áhyggjur. Þeir eru ekki í ofurhetju-hættu." Hann þagði. "Litli fuglinn sagði mér að þú haldir að við séum að reyna að smeyga annarri prófraun hjá þér... en það er ekki rétt. Láttu örlögin um þá."

"Hvað áttu við með að þeir séu ekki í ofurhetju-hættu?" öskraði E-Z.

Eriel hvarf og glerílátið féll. Hann flaug um sig, jafnaði sig. Það féll aftur. Þetta hélt áfram og áfram, þar til hann var viss um að höfuðkúpan hans myndi brátt springa eins og egg á gangstéttina.

Þá sá hann Alfred, yfir á jaðri grasflatarins, naga gras.

"Hæ!" hrópaði E-Z. "HÆ!"

Alfred hætti að borða og vaggandi gekk hann að. Hann tók til við að skoða vin sinn, sem hékk á hvolfi inni í glerhnúð.

"Hvað ertu að gera þarna inni?" spurði trompettrana.

"Eriel!" hrópaði E-Z.

"Nóg sagt. Ég fer og vek Sam. Ég vona að hann viti hvað eigi að gera til að ná þér út þaðan."

"Góð hugmynd, og biððu hann um að koma með stólinn minn."

Á meðan hann beið, bölvaði E-Z sjálfum sér. Hann hafði misst af tækifæri til að krefja Eriel um frekari upplýsingar. Hann hafði hagað sér eins og fórnarlamb. Hann hafði brugðist tveimur bestu vinum sínum.

Hann setti áætlun saman. Þegar ég kem mér héðan út ætla ég að finna Eriel og láta hann segja mér hvernig ég geti bjargað PJ og Arden. Ég ætla að láta hann sverja að hann muni aldrei aftur koma mér í svona stöðu.

Bíddu nú við. Ef PJ og Arden voru ekki í ofurhetjuhættu. Hvaða hættu voru þau í? Þurftu þau yfir höfuð að bjarga? Eða hafði Doc Flannel rétt fyrir sér þegar hann sagði að þau myndu jafna sig og verða aftur eins og áður fyrr?

Hann líkaði ekki við orðin "að láta örlögin ráða". Hann trúði því að við mótum okkar eigin örlög, og tveir vinir hans væru í dái. Þau gátu ekki hjálpað sér sjálf, svo hann ætlaði að hjálpa þeim. Sama hvað Eriel sagði.

Að lokum kom frændi Sam út og rétti úr sér stórt verkfæri í hendi. "Þetta er glerkníf," sagði hann. "Ég vissi að þetta myndi nýtast einhvern daginn þegar ég keypti þetta í einni af þessum auglýsingum á sjónvarpinu. Þeir sögðu að það gæti skorið í gegnum gler eins og smjör. Við skulum sjá hvort þetta var fölsun auglýsinga." Hann skar í kringum botninn. Hægt. Varkárlega.

"Hættu nú að flýta þér, ég er að kveljast hér inni! Ef sólin kemur upp, þá mun ég brenna."

"Þolinmæði, kæri drengur," hvíslaði Alfred.

"Næstum þar," sagði Sam. Hann var á hnjánum, skríðiandi áfram, á meðan hann skar um botn ílátsins. Á meðan voru hné náttfatanna að drekka úr döggvotri túni. "Ég geri ráð fyrir að Eriel hafi eitthvað með það að gera að þú varst þarna inni?"

"Staðfest.

"Sam kláraði að skera og losaði frænda sinn, en hjálpaði honum síðan í hjólastólinn.

"Takk, frændi Sam."

"Gjörðuð þér greiða. Nú skaltu útskýra, vinsamlegast?"

"Ég er of þreyttur. Og of pirraður til að útskýra. Getum við ekki gert þetta á morgun?"

Sólin blæddi rautt þegar hún þræddi sig upp yfir sjóndeildarhringinn.

Eftir nokkrar klukkustundir myndi E-Z þurfa að kíkja á vini sína. Hann vonaðist til að þeim liði vel. Að allt væri orðið eðlilegt aftur. Þá þyrfti hann ekki að hugsa meira um það. Ef ekki...ef þeim liði ekki vel. Jæja, hvort sem er, allt yrði betra eftir að hann hefði sofið aðeins.

"Ég get útskýrt allt fyrir honum," bauð Alfred.

"Hvað veist þú um þetta? Ég þurfti að hrópa á þig til að fá athygli þína."

"Ó, ég sá allt. Hvað heldurðu að ég hafi verið að gera hér úti? Ég var að bíða eftir að þú biddir um hjálp. Vildi ekki trufla Eriel-tíma þinn."

"Trufla. Mjög fyndið. Allt í lagi, segðu honum frá. Ég ætla að fá mér smá svefn. Ég er of þreyttur til að hugsa meira." Hann keyrði sig upp rampann og inn í húsið og steypti sér í rúmið fullklæddur.

E-Z dreymdi að hann væri á sjö ára afmæli sínu. Foreldrar hans höfðu leigt innanhúss sýndarleikjagarð. Hann hafði boðið tólf börnum, svo þau voru þrettán alls og eitt lið þurfti aukaleikmann. Þar sem þetta var hans dagur kölluðu þeir á liðin og sá síðasti sem var valinn kom í hans lið. Þeir kölluðu sig Ball Breakers. Hitt liðið, undir forystu Kyle Marshall, kallaði sig Bat Shitz.

"Þið megið ekki nota það nafn," gagnrýndi lið E-Z. "Það er nánast blótsyrði."

"Æ, hugsið ykkur betur," sagði Marshall. "Stafsetningin er Shitz. Við erum nefnd eftir hundinum mínum. Hún er Shitz-hu."

"Spilum," sagði E-Z.

PJ og Arden voru í liði E-Z. Hvirfilbyljarþríeykið sló Bat Shitz-liðið í koll þar til það var orðið of þreytt til að hreyfa sig.

"Maturinn er kominn," kallaði móðir E-Z. Foreldrar voru að bíða í næsta veitingastað. Þau höfðu pantað fjölda pítsa, tunnur af gosdrykkjum og að lokum köku fulla af kertum.

Krakkarnir yfirgáfu leiksvæðið saman. Fljótlega áttaði Arden sig á því að hann hafði skilið eftir sig beisbolthattinn sinn.

"Ég get ekki farið! Ég verð að fara til baka!"

"Við förum með þér," sagði E-Z. "Gefðu mér augnablik til að segja mömmu minni frá."

"Ég læt hana vita," sagði Kyle sem var nálægt.

E-Z, PJ og Arden sneru við. Þegar þeir fundu ekki húfuna héldu þeir áfram að ganga.

"Hún hlýtur að vera hér einhvers staðar!" sagði Arden.

"Ég hélt satt best að segja ekki að þetta væri svona langt," sagði E-Z.

"Þessir vargar munu borða alla pizzuna áður en við komum til baka," sagði PJ.

"Ekki hafa áhyggjur, frú Dickens mun geyma fyrir okkur mat. Hún veit að við verðum ekki lengi."

Göngin breiddust út í aðra byggingu, annan stað. Framundan þeim var risastór guillotine. Efst, fyrir ofan blaðið, var húfur Arden. Á sjálfu blaðinu var skilti. Það var enn að leka rauðum málningu, eða blóði. Á því stóð: "Höfuðið fer hér."

"Erum við að dreyma?" spurði Arden. "Vegna þess að ég þarf virkilega ekki svona mikið á beisbolthúfinni minni að halda."

"Hlustaðu. Raddir," sagði E-Z.

Hlátur, mjög hljóðlega, en samtöl. Fyrst var það einmana kona. Síðan bættist önnur við, í dúett. Síðan bættist enn ein við, í þríeyki. Hláturinn breyttist í kórsöng.

"Ég skil ekki neitt orð," sagði PJ.

"Ssss," sagði E-Z og lagði fingurinn á varirnar.Þegar raddirnar sungu,

"B-link og þú ert dauður.

B-link og þú ert dauður.

B-link og þú ert dauður, B-link og þú ert dauður," í laginu "Til hamingju með afmælið".

"Þetta er óhugnanlegt!" sagði PJ.

"Við skulum snúa aftur," sagði Arden, þegar hurðin sem þeir höfðu komið inn um skellti sér og skrefadrusl endurómaði um ganginn.

Skrefin urðu háværari.

KLANG. KLANG. KLANG.

Kjöltung. Að nálgast. Stígvél. Einn hermaður. Mjög hávaxin, hettuklædd manneskja. Ber eitthvað silfurreitt: hnífslípu.

Þegar hann kom að fótum giljótínunnar dró hettuklædda manneskjan fjöðrur úr vasanum. Hann setti þær að blaðinu. Það skar í gegnum þær eins og smjör. Hann hélt engu að síður áfram og slípaði það enn frekar. Á meðan hann beitti blaðið muldraði hann fyrir munðinum, eins og hann nyti verk síns.

"Eins og guillotine-blaðið væri ekki nógu beitt!" hvíslaði PJ. "Komdu mér héðan!"

Arden hljóp að hurðinni og fór að hamra á hana. "E-Z, þú verður að koma okkur héðan! Þú verður að hjálpa okkur! Vinsamlegast hjálpaðu okkur!"

SKILABOÐ AÐ HLADDA.

Andlit PJ og Arden birtust á skjánum. Þau sögðu tvö orð:

"VARNAÐU ÞEIM."

E-Z vaknaði við að heyra frænda sinn Sam slá hnefana í svefnherbergishurðina. "Vaknaðu, E-Z, við finnum ekki Lia!"

Nú þegar hann var vaknaður áttaði hann sig á að hún hafði verið að reyna að ná sambandi við hann. Til að láta hann vita af sér. Hann kíkti á símann sinn. Skilaboð með uppfærslu.

"Það er í lagi," sagði E-Z, "hún er hjá PJ. Segðu Samantha að henni líði vel. Ég þarf að fara til hans og Arden fljótlega. Hvar er Alfred?"

"Hann er í garðinum," sagði Sam. "Viltu fá þér morgunmat áður en þú ferð?"

"Ostabrauð með grilli væri gott. Takk."

Á meðan E-Z klæddi sig hugsaði hann um drauminn sinn. Strákarnir voru að tala við hann, í gegnum sameiginlegt atvik sem þeir höfðu upplifað þegar þeir voru sjö ára gamlir. Hann þurfti að komast að því hvað þetta allt snérist um. Að vara þá við? Vara hverja nákvæmlega? Þetta var skýr vísbending en hverja nákvæmlega vildu þeir að hann varaði við?

Já, hann var fullkomlega viss um að þeir væru að reyna að segja honum eitthvað, en hvað nákvæmlega? Hann hafði aftur á ný þá undarlegu tilfinningu að þetta allt hefði eitthvað með Eriel að gera.

Fyrst fór hann til húss Arden, og vesalings strákurinn var eins og áður líksveiflandi í rúminu sínu. Læknir var hjá honum þegar E-Z og Alfred gengu inn.

"Hver er greiningin?" spurði E-Z.

"Fyrst, fáðu þennan fugl út héðan!" hrópaði læknirinn.

Alfred lét frá sér mótmæliskveit og gekk svo burt. Utandyra nöggtaði hann í grasinu og hreinsaði fiðrið sitt.

Læknirinn leit á herra og frú Lester. "Hversu mikið viljið þið að þessi krakki viti?"

"Þetta er E-Z, hann er einn af bestu vinum Arden."

"Ég veit hver hann er, ég hef séð hann í sjónvarpinu bjarga fólki."

E-Z vissi ekki hvað hann ætti að segja svo hann sagði ekkert, en honum líkaði ekki við framkomu læknisins.

"Arden er í dái."

"Já, það hélt ég. Ó, svo hvenær vaknar hann? Dr. Flannel hjá Handle-fjölskyldunni – þar sem PJ er í sama ástandi – sagði að hann yrði fljótlega eins og áður."

"Það veit ég ekki. Líkaminn hans er að verja hann fyrir einhverju, svo hann mun vakna þegar hann er nægilega hraustur til þess. Á meðan myndi ég leggja til að einhver sé hjá honum allan sólarhringinn." Síðan til Lester hjóna: "Kannski væri best ef þið mynduð ráða hjúkrunarfræðing. Ég get mælt með einum. Ef þið getið unnið heima, væri það best. Ég kem aftur til ykkar eftir nokkra daga."

"Eftir nokkra daga," endurtók herra Lester.

Frú Lester leiddi lækninn út úr húsinu.

E-Z fylgdi í kjölfarið. "Ef ég get hjálpað, ekki hika við að biðja um það. Ég er að fara til PJ núna. Lia er þegar þar, og hún sendi skilaboð um að hann sé óbreyttur."

"Láttu okkur vita hvernig gengur og kveðjur frá okkur til fjölskyldu PJ."

"Verður gert," sagði E-Z, þegar hann og Alfred fundust aftur. Báðir lyftu sér frá jörðinni og flugu að húsi PJ.

Þegar þeir flugu hlið við hlið sagði Alfred: "Mér líkaði ekki við þennan lækni. Þegar maður er óvingjarnlegur við dýr... þá treysti ég þeim ekki."

"Ég skil þig, en hann var bara að sinna starfi sínu."

"Við svanir höfum ekki valdið neinum faröldrum eða... skulum láta það vera. Ég gleymdi fuglaflensunni – en það gerðist vegna manna."

Þau lentu við húsið hjá PJ, þar sem Lia beið þeirra með opinn hurð.

"Hvernig gengur hjá ykkur tveimur?" spurði hún.

"Vel," sagði Alfred.

"Ah, hann er dálítið brjálaður því læknir Arden kastaði honum út úr herberginu, en mér líður vel, takk. Og þér?"

"Mér líður vel, en foreldrar PJ eru að missa vitið og engin merki eru um bata."

"Hringdu þeir aftur í lækninn?" spurði Alfred.

"Nei. Hann gaf þeim von, en ekkert annað, aðallega að hann myndi jafna sig. En ég hef áhyggjur af því að hann hafi rangt fyrir sér." Hún þagði og roðnaði örlítið.

"Ó, eitt annað, þegar ég var að halda í höndina á honum." Hún horfði á þá báða. "Hann, jæja, ég er ekki viss um hvort ég hafi ímyndað mér þetta eða hvort hann gerði það virkilega – en mér fannst hann kreista hana."

"Æh, takk fyrir að vera hjá honum. Við ættum að deila vaktum með foreldrum hans, svo enginn verði of þreyttur. Þú getur farið heim núna og eytt smá tíma með mömmu þinni. Hún er sennilega að velta fyrir sér hvernig þér líður." Það kom ekki til greina að hann myndi minnast á handahaldið.

"Ég fer þegar þú ferð," sagði Lia þegar þau gengu að herbergi PJ.

Alfred, Lia og E-Z voru nú ein með PJ.

"Ég dreymdi skrítið draum í gærkvöldi. PJ, Arden og ég vorum á sjö ára afmæli mínu – en hlutirnir gerðust ekki eins og þá. Þeir voru að reyna að eiga samskipti við mig í gegnum atburð sem við áttum sameiginlegan en ég er ekki viss um hvað þeir voru að reyna að segja."

"Segðu okkur frá draumnum," sagði Alfred. "Og láttu ekkert út úr myndinni."

"Já, segðu okkur frá honum og við skulum sjá hvort við getum hjálpað þér að túlka hann."

"Jæja, það byrjaði venjulega. Allt var eins og það hafði verið þann dag, þar til Arden gleymdi beisbolthatti sínum og við, þrír saman, snerum aftur til að sækja hann."

"Svo hann missti ekki beisbolthattinn á hinu raunverulega partíinu?"

"Nei, það gerði hann ekki. Reyndar var hann svo upptekinn af þessum hatta að við gerðum oft grín að honum og sögðum að hann væri límdur við höfuðið á honum. Þannig að þetta var stór hluti draumsins. Og þar vorum við að ganga aftur að leiksvæðinu og gangurinn virtist mun lengri en hann hafði verið þegar við fórum.

"Við gengum í langan tíma. Spjölluðum eins og við vorum vanar. Við tókum það ekki eftir strax, en við höfðum verið að ganga í nokkurn tíma. Arden hugleiddi að skilja húfuna eftir því að komast þangað var að taka svo langan tíma, en við ákváðum að sækja hana. Hann sagði að húfan hefði tilfinningalegt gildi fyrir hann."

"Áhugavert," sagði Lia. "Vissirðu af hverju hann elskaði húfuna svona mikið?"

"Hann var alltaf með hana því honum líkaði liðinu. Ég vissi aldrei að til væri nein tilfinningaleg tenging í raunveruleikanum umfram liðið sjálft. Og í draumnum, á þeim tímapunkti, ekki fyrr en hann sagði það. Svo stækkaði gangurinn og við fundum okkur í stóru, loftgóðu herbergi, eins og í sal. Í miðju herbergisins var risastór giljótína."

"Hvað! Hversu undarlegt!" sagði Alfred.

"Þetta er dálítið ógnvekjandi," sagði Lia.

"Það er meira. Á toppnum, yfir blaðinu, var hatturinn hans Arden og undir honum skilti sem bar áletrunina: Hér fer höfuðið."

Lia og Alfred urðu hissa.

"Arden sagði að hann væri ekki jafn hrifinn af hattinum lengur. Og þá varð allt svart og við heyrðum þungt skrefadunka koma í áttina að okkur. Stígvél. Keðjur eða brynjur sem klökuðu. Svo kviknuðu ljósin aftur þegar maður gekk inn með hettu yfir höfðinu. Hann gekk að giljótínunni og beitti hnífana sína, annan eftir öðrum."

"Hvað svo?" spurði Alfred aftur."

Þá birtist tölvuskjár sem sýndi ORÐIN AÐ HLADDA og mynd af þeim tveimur kom upp. Þau sögðu tvö orð:

"VARNAÐU ÞEIM."

"Hvað gerðist svo?" spurði Alfred aftur.

"Þá vakti Frændi Sam mig og spurði hvort ég vissi hvar Lia væri."

"Það er ekki mikið til að byggja á," sagði Lia, "elskaði hann þessa húfu? Og hverjum átti að vara?"

"Uppáhaldslið Ardens var og er enn Boston Red Sox. Hatturinn var honum gjöf – ekta – hann myndi aldrei skilja hann eftir, sama hvað. En samt hugleiddi hann að skilja hann eftir í draumnum að minnsta kosti tvisvar sinnum."

"En hann var ekki nógu áhugasamur til að stinga höfðinu í giljótínuna til að ná í hann," sagði Alfred.

"Hver myndi það vera!" spurði Lia.

"Ég vildi að við gætum notað tölvuna hans Arden. Ég veðja að þar sé vísbending. Ég veðja að hann hafi skrá, eitthvað falin sem ég gæti fundið. Kannski fjallaði draumurinn um það. Og af hverju hann gaf mér vísbendinguna."

Lia leitaði á netinu í símanum sínum um merkingu draums þar sem guillotine kom fyrir. "Þar stendur að það tákni ótta eða kvíða. Að vera einangraður eða skammast sín yfir einhverju."

"Ég held að ég hafi hugmynd," sagði E-Z og fletti tengiliðalista sínum í símanum.

"Bíddu nú við," sagði Alfred, "hringdu í Sam."

"Þú hefur rétt fyrir þér, kannski ætti ég að spyrja hann fyrst." Hann hringdi fljótt í Sam og útskýrði stöðuna. Sam sagðist vera á leiðinni til Arden og að þau ættu að hitta hann þar.

"Er allt í lagi hér inni?" spurði mamma PJ. "Viltu drykk eða eitthvað?"

"Nei, þakka þér, en frændi Sam er að fara til Arden og við ætlum að hitta hann þar. Við ætlum að kíkja á tölvu Arden og komast að því hvað hann var síðast að gera. Það er synd að tölva PJ sé ónýt."

"Þetta er snjall hugmynd. Við heyrðum að foreldrar Ardens kölluðu einnig á lækni, var hann einhver hjálp?"

"Nei, það var hann ekki."

"Við látum þig vita ef við heyrum eitthvað," sagði Lia og þreifaði fyrir hönd PJ á enni.

"Þú ert góð stelpa," sagði móðir PJ. Síðan yfirgaf hún herbergið og barðist við tárin.

Þegar þau komu að húsinu hjá Arden beið Sam þeirra fyrir utan. Hann hafði fartölvuna sína, tösku fulla af tölvubúnaði og ýmsum öðrum smádótum.

Saman gengu þau inn þar sem Sam setti upp sína eigin tölvu, fartölvu, í nágrenninu, tengdi hana í hinn endann á herberginu og skoðaði svo uppsetningu Ardens. Hún var tengd beint í vegginn, án verndandi rafmagnsdreifis fyrir óvæntar rafmagnshækkunir. Sem betur fer bar hann alltaf einn slíkan í töskunni sinni.

Eftir að hafa fest öryggisrafmagnsstangann tengdi hann tölvu Arden við hann. Þeir biðu – og ekkert gerðist. Hann taldi það gott merki, ýtti á kveikjuna og tölva Arden kviknaði. Krafist var lykilorðs. Lykilorðs sem enginn þeirra vissi.

"Einhverjar vangaveltur?" spurði Sam.

E-Z sló inn Boston Red Sox. Hann reyndi millinafn Arden, sem var Daniel. Án árangurs.

"Reyndu guillotine," lagði Alfred til.

"Jæja!" sagði E-Z, nú þurfti hann bara að leita í vafraferilnum.

"Láttu mig," sagði Sam og smellaði sig inn í stillingarnar, að leita að einhverju óvenjulegu. Það var ekkert óvenjulegt að sjá.

"Hvað var það síðasta sem hann gerði? Var hann að spila leik?" spurði E-Z.

Þegar Sam smellaði til að komast að því kviknaði í straumspennistökkvarabáran. Frændi Sam hljóp til að slökkva eldinn, en þegar hann kom til baka hafði E-Z þegar kúpt hann með teppi. "Góð hugmynd," sagði hann.

"Ég vona að mamma Arden haldi því líka!"

"Taktu harða diskinn!" sagði Sam, og það gerði hann áður en hann brann upp. "Nú förum við með þetta með okkur og sjáum hvað við sjáum."

KAFLI 7

Umræða

Á LEIÐINNI HEIM VAR E-Z ennþá að hugsa um skilaboðin "Viðvörun til þeirra". Gæti það hafa verið meira en draumur?

"Ég velti fyrir mér," sagði hann.

"Um hvað?" spurði Sam.

E-Z sagði frá draumnum sínum og skilaboðunum, og bætti svo við nýju hugmyndinni sinni til að heyra hvað þeim fyndist um hana.

"PJ og Arden settu upp hluti á vefsíðunni svo við gætum gert hlaðvörp í framtíðinni. Ég er að velta fyrir mér hvort ég eigi að nota það, þegar við komumst að því hverjum eigi að vara. Við gætum örugglega náð til margra."

"Þetta er frábær hugmynd!" sagði Sam, "En ættum við ekki að byrja að safna fylgi núna? Svo þegar við erum tilbúin að koma viðvöruninni á framfæri, höfum við þegar nokkra áskrifendur?"

"Hvað myndi ég segja?"

"Við skulum hugsa um það," sagði Lia. "Og við verðum þér við hliðina."

"Mér finnst ekkert mál að tala aðeins."

Þegar þau komu heim núna, gengu þau inn.

KAFLI 8

BRANDY ER Á LÍFI

Þ EGAR HÚN SÁ HANN fyrst, var tónlistin það sem þau höfðu sameiginlegt. Hún spilaði á píanó, betur en að meðaltali en ekki einstaklega vel. Tónlistarkennarinn hennar sagði að hún hefði náttúrulegan hæfileika – hvað sem það nú þýddi. En hún gat aðeins spilað lög sem höfðu merkingu fyrir hana. Þá mundi hún þau og gat spilað þau strax. Hins vegar gerði það að hún hataði að taka tíma hjá kennara ef hún þurfti að spila eitthvað sem henni líkaði ekki.

Hún hélt þó áfram. Þvingaði sig þrátt fyrir að hún hataði það. Í þeirri von að hún gæti blekkt sig inn í skólahljómsveitina.

Foreldrar hennar vildu sjá einhvern árangur af öllum þeim tíma sem þeir höfðu greitt fyrir. Þau kröfðust þess að hún myndi prófa sig í hljómsveitina – til að taka virkan þátt í skólastarfi.

"Þetta lítur vel út á háskólasóknarbréfið þitt," sagði faðir hennar.

"Gerðu eins vel og þú getur, það er allt sem við biðjum um. Gefðu þér allt!" sagði móðir hennar.

Hins vegar voru prufur fyrir menntaskólann á þessu ári fullar af hæfileikaríku fólki. Gáfaður karlkyns trommuleikari var þegar á sviðinu að spila þegar hún gekk inn í salinn.

Með svitnandi lófa og bankandi hjarta gekk hún eftir röðinni. Röð nemenda og kennara klöppuðu og slógu takt með tám. Hún gat fundið gólfið titra með hverjum takti.Eins og vélmenni hélt hún áfram að ganga eftir brún sviðsins, þar til hún komst eins nálægt og hægt var.

Nú smeygði hún sér út um dyrnar og fór aftan við sviðið. Hún stóð með hinum sem biðu eftir að koma á svið og klappaði eins og hún hefði alltaf verið þar.

Þetta var snilldarhugmynd. Allir höfðu verið svo uppteknir af frammistöðu hans að þeir tóku ekki einu sinni eftir því að hún hafði smeygt sér inn í röðina.

"Hver er hann?" hvíslaði hún að stúlkunni fyrir framan sig í röðinni.

"Sssss!" svöruðu hinir flytjendurnir sem biðu.

Hann hélt áfram að slá á trommuna, klæddur í gallabuxur, með ljósu hárið sveiflandi og hoppandi. Síðan hallaði hann sér nær hljóðnemanum og djúpur, melódískur rödd hans tók við taktinum.

Hún þrýsti sér aðeins nær og þegar hún gerði það tók hún eftir kláða sem hafði ekki verið þar áður. Á lófunum, handleggjunum og fótleggjunum. Hún klóraði sér en fékk enga ró. Raunar versnaði ástandið og fljótlega var eins og húðin væri í bálum. Þá versnaði öndunin og hjartslátturinn hægðist.

"Kalmastu," hvíslaði hún bæði upphátt og í huga sér.

Þetta var það síðasta sem hún mundi áður en hún vaknaði í farartæki í hreyfingu.

KAFLI 9

UM BRANDY

BÍLLINN ÞRUMAÐI EFTIR ÞJÓÐVEGINUM. Hún sat í aftursætinu. Hvers bíl var hún í? Þetta var ekki bíll sem hún þekkti.

Hún reyndi að setjast upp; höfuðið var að springa – eins og lest væri að þruma í gegnum það. Hún lokaði augunum í augnablik og hlustaði, reyndi að átta sig á því hvernig hún hafði komist þangað. Bíllinn sjálfur lyktuði undarlega; bæði nýtt og gamalt í senn.

PFFT.

Loftstreymið gaf frá sér lykt sem gerði magann á henni ringlandi, og hún kastaði upp.

"Hæ, vertu varkár með innréttinguna," sagði karlmannsorð. "Þetta er leður, alvöruvara." Símann hans hringdi og hann talaði í hann í gegnum hljóðnema í sólskjöldinum. "Já, við komum fljótlega," sagði hann. Hann slökkti á símanum og hækkaði svo útvarpið.

Hendur hennar voru bundnar, ekki fyrir aftan bak eins og hún hafði séð í kvikmyndum, heldur framan á henni, rétt yfir festu öryggisbelti. "Ég vil fara heim!"

"Bráðlega," svaraði karlmannsbósið yfir kórnum í lagi Drake.

Eftir akstur sem henni fannst hafa staðið í um þrjátíu mínútur ók hann inn á bensínstöð. Hann læsti henni inni, skellti hurðinni á eftir sér og skildi hana eftir eina án þess að segja orð.

Hún horfði út um gluggann og reyndi af fremsta megni að halda aftur af uppköstum. Hún vonaði að hann væri ekki mannránsmaður sem hygðist krefjast lausnargjalds. Foreldrar hennar höfðu ekki peninga til að borga fyrir að fá hana til baka. Hún einbeitti sér að augnablikinu og tók eftir því að dyrnar voru án handfanga og hnapparnir til að opna gluggann virkuðu ekki.

Á hinni hlið bílsins, þar sem bensínið var verið að dæla, sá hún mann.

"AÐ HJÁLPU!" hrópaði hún af öllu afli, vitandi að þetta gæti verið hennar eina tækifæri.

Þegar hann svaraði ekki, bar hún bundnu hendurnar af alefli að lokuðu glugganum. Það var erfitt að heyrast í þessum fiskabúr-líka bíl. Hún leit aftur til baka og sá að ræninginn var að koma aftur að bílnum með dós af gosdrykk og tvær súkkulaðibar. Þegar hann settist aftur bak við stýrið, kastaði hann súkkulaðibari yfir öxlina til hennar. Hún náði ekki að grípa hann; hún hataði þennan sort, ekki síst þar sem hún hafði spútt nýlega.

"Ég er þyrst," sagði hún.

"Hvað viltu?" spurði hann, gekk svo inn en kom næstum samstundis út með flösku af vatni.

Hann losaði tappann og rétti flöskuna að henni. Þrátt fyrir að hendurnar væru bundnar tókst henni eftir nokkur tilþrif að koma smá vatni í munninn á sér. Framhlið t-skyrtunnar hennar var orðin drullug af vatni. Henni var sama, vatnið þvoði burt hluta af uppkastslyktinni.

"Takk," sagði hún.

Nokkrum augnablikum síðar voru þau aftur á þjóðveginum. Hann aukti hraðanum, ók inn á hraðbrautina og öryggisbeltið hennar losnaði. Hún velti um í aftursætinu eins og teningur sem rúllar án ákveðins marks.

"Hættu þessu, þú brjálæðingur!" sagði maðurinn, á meðan hún reyndi að festa öryggisbeltið aftur með bundnar hendur.

Dekkjunum þegar ökumaðurinn skipti um akrein á hættulegum hátt. Aðrir ökumenn fóru á bremsurnar til að forðast hann. Síðan stefndi hann að afleggjaranum. Hann þrýsti á bremsuna og stöðvaðist. Hann steig út úr framsætinu og opnaði afturhurðina.

Hún beið með fæturna beint að honum og skaut hann af alefli með einu risastóru tvífætis sparki. Hann féll til jarðar og hún var komin út úr bílnum og hljóp villt þegar bíll keyrði á hana, svo annar, svo enn annar.

Hann steig aftur inn í bílinn og ók burt á fullu.

"Fífl!" hrópaði hann.

KAFLI 10

BRANDY MUN

"ÞAÐ GERÐIST AFTUR, EKKI satt?" spurði móðir hennar og hjálpaði Brandy úr innkaupakerrinum. "Hvað gerðist núna?"

"Fyrirgefðu, mamma," sagði unglingurinn og beygði sig niður til að binda skóinn sinn. Það var svo gott að finna hendurnar, nú þegar þær voru ekki bundnar lengur.Móðir hennar beygði sig niður og hvíslaði: "Var þetta eins og hin skipti? Dattstu meðvitundarlaus?"

Hún stóð upp og leit til dyra.

"Segðu mér," sagði móðir hennar og færði dóttur sína fyrir framan sig svo þær væru nálægt hvor annarri og enginn annar gæti heyrt. Að auki var enginn annar í ganga þeirra.

"Ég var í skólanum, á prufutökunum. Strákur var að spila einleik á trommunum og syngja. Hann var virkilega frábær."

"Og draumkenndur líka, held ég?" spurði móðir hennar.

Hún fann kinnarnar verða heitar. "Hjartað mitt fór að slá hraðar, lófarnir urðu svitnir og mér leið skrýtið. Næst sem ég vissi var ég bundin aftan í ökutæki á ferð!"

"Bundin? Í bíl? Hvers bíl? Hver var að keyra? hvert varstu að fara?"

"Ég þekkti hvorki bílinn né ökumanninn. Hann var að tala við einhvern með eina af þessum handsvörum. Hann var ágætur ökumaður þangað til hann kom á þjóðveginn. Þá ók hann eins og brjálæðingur og ég lét eins og öryggisbeltið hefði losnað. Þegar hann ók af veginum og stoppaði, sparkaði ég honum svo fast að hann féll um og ég hljóp burt."

"Guð sé þakkað að þú komst undan. Stöðvaði einhver til að hjálpa þér? Ég vona að þú hafir fengið númerið þeirra, svo ég geti hringt og þakkað þeim."

Brandy þagði, því hún var að rifja upp bílana, einn, tveir, þrír, þegar þeir keyrðu á hana, og hún dó. Aftur. Og endaði í matvöruversluninni með móður sinni, aftur.

"Tala við mig," sagði móðir Brandy.

"Ég dó - aftur," sagði Brandy, "og endaði hér. Aftur."

Hún settist á gólfið, eða réttara sagt misstu hnén undan henni og hún féll niður á þau. Móðir hennar fylgdi í kjölfarið, eins og dominóflís.

Þær sátu saman, héldu í hendur án þess að tala.

KAFLI 11

BRANDY ÞÁ

"HRAPPAÐU ÞÉR, BRANDY!" VAR það sem móðir hennar hafði sagt síðast. Síðast þegar eina dóttir hennar hafði dáið – og risið aftur til lífs.

Þegar flestir foreldrar þurftu að fara í matvöruverslun með börnin sín í eftirdragi – gátu þeir ekki komist þaðan nógu fljótt.

Brandy var ekki eitt af þeim börnum. Hún kaus verslanir fram yfir almenningsgarða, íþróttir – nánast allar aðrar athafnir. Að fara með hana í verslunarferð var eina leiðin til að koma henni út úr húsinu.

Það var ekki alfarið Brandy að kenna. Hún hafði fæðst með sjaldgæfan hjartagalla. Einn sem þau sögðu að hún myndi vaxa úr. Þess vegna var hlaup og leikur með hinum börnunum ekki valkostur fyrir hana.

Af þeim sökum hafði hún farið að elska verslunarmiðstöðina, en það sem hún elskaði mest af öllu var matvöruverslunin. Og á matvælageirunum var alltaf frekar rólegt. Nema einu sinni þegar verið var að gefa fríar DVD-diska. Brandy varð svo spennt að hún gat ekki andað, og þau þurftu að flýta sér með hana á spítala.

Hún var þriggja ára gömul þá.

KAFLI 12

BRANDY NÚ

Ú þegar dóttir hennar var fjórtán ára virtist þetta gerast sífellt sjaldnar. Hún velti þó fyrir sér hvað myndi gerast þegar hún yrði of stór til að komast fyrir í innkaupakerrinu.

"Hvers vegna hér, heldurðu?" spurði móðir Brandy. "Hvers vegna alltaf þú og ég ein og hér?"

"Ég veit það ekki, mamma, en eitt veit ég. Ég vil versla. Ég vil kaupa mat og drykki og, ég er á leiðinni. Vertu hér ef þú vilt, ég verð tilbaka eftir eina mínútu. Hér, spilaðu Solitaire á símanum þínum. Það róar taugarnar þínar og verslunin róar mínar."

Konan sat á gólfinu, innkaupakerrur komu og fóru, og beindi allri athygli sinni að leiknum Solitaire. Dóttir hennar þekkti hana svo vel. En það sem hún reyndi að hafa ekki áhyggjur af var hversu mikið – nei, hversu lítið – hún ætti að segja manni sínum. Hún hafði ekki sagt honum síðast þegar dóttir hennar dó, né það áður, né það áður en þá. Hún hafði aðeins sagt honum að þær hefðu farið í innkaup og að það hefði verið streituvaldandi.

"Ég er tilbúin," hafði Brandy sagt, þá þegar hún var lítil stelpa með armar fulla af morgunkorni og popptertum.

Þær héldu þá til sjálfsafgreiðslunnar.

"Láttu mig sjá um þetta, mamma!"

Það var það sem Brandy sagði alltaf. Hún elskaði að fylgjast með afgreiðslumanninum skanna hvern hlut. Og guð hjálpi þeim ef skannið var rangt.

Brandy og móðir hennar, sem nú höfðu lokið dagsverki sínu, sneru aftur að bílnum. Brandy settist aftur í framsætið og festi öryggisbeltið sitt. Þær óku af stað og stöðvuðu aðeins stutt við drive-through til að ná í tvær heitar súkkulaðiaískötur.

"Við fengum virkilega frábær kjör í dag," sagði Brandy þá og sagði það aftur núna.

"Ég veit að þú elskar hana, en mig langar samt að heyra meira um, eh, atvikið þitt í dag. Manstu eftir einhverju öðru um hvað gerðist? Þú hlýtur að hafa verið skelfingu lostin, alveg einn í bíl með ókunnugum? Það sem ég skil ekki er hvernig þetta gerist. Var þetta öðruvísi en síðast? Þú sagðir að eina augnablikið varstu á prufu fyrir skólahljómsveitina og næsta augnablik varstu í bíl?"

"Já, ég var að bíða eftir mínu tækifæri til að koma fram, með hinum nemendunum. Við vorum öll að hlusta á strák sem spilaði á trommum. Hann var ótrúlegur, bæði söng og spilaði. Ég var að nálgast fremsta hlutann í röðinni þegar, ZAP, þá var ég horfin."

"Ó, mér líkar ekki hljóðið af þessu ZAP."

"Svona gerðist það, mamma. Fyrst kláðaði í lófunum á mér, svo í fótleggjunum, handleggjunum."

"Sagðirðu mér ekki frá kláðanum áður?"

"Svona gerist það. Venjulega róa ég mig niður. Að þessu sinni virkaði ekkert og, jæja, þú veist, Z-orðið."

"Ég verð að spyrja, en heldurðu kannski að þetta hafi gerst vegna þess að þú vildir komast hjá prufutökunni? Ég meina, að mæta sjálf. Þetta er ekki eitthvað sem þú hefur haft mikla löngun til að gera.

"Brandy trommaði fingrunum á arminn á hurlinni. "Ég myndi ekki stökkva inn í bíl hjá ókunnugum til að komast hjá prufutöku," sagði hún.

"Allt í lagi, elskan," sagði móðir hennar og tárin runnu niður kinnarnar. Hún hafði sagt vitlaust – aftur.

Hún sagði alltaf vitlaust þegar kom að... hvað ætti hún að kalla það? Ferðalögum dóttur sinnar.

"Það er í lagi, mamma."

Þær óku um tíma í þögn. Það var notaleg þögn.

"Ég vil vita hvernig ég get hjálpað þér," sagði móðir Brandy. "Næst..."

"Ég veit að þú vilt það, mamma, en þú ert ekki þarna þegar þetta gerist. Ég verð að geta ráðið við þetta sjálf."

"Er það eitthvað eitt sem gerist alltaf – áður en þú hverfur?"

"Ég vildi að ég gæti munað það, mamma, en eins og síðast man ég það ekki." Hún horfði út um gluggann og lagði hendur yfir sig.

"Jæja, þegar við erum heima geturðu æft og æft og æft. Þá verðurðu enn betur undirbúin fyrir prufuna þína á morgun."

"Þetta var einungis einn dagur í prufu. Svo ég hef enga möguleika á þessu ári. Að auki líkar pabba ekki þegar ég æfi, sérstaklega þegar hann er að vinna heima. Hann segir að það gefi honum hausverk."

"Pabbi meinar það ekki svona," sagði hún. "Ég mun tala við hann. Þú vilt jú spila á píanó sem starf, er það ekki? Ég meina einhvern daginn, eftir að þú útskrifast. Og ég hringi í kennarann þinn – bið um undanþágu."

"Ég myndi gjarnan vilja heyra hvernig samtalið gekk!" hló hún. "Halló, herra Hopper, ég er mamma Brandy, og dóttir mín, hún ferðaði sig í gegnum tíma og inn í hraðakstursbíl með ókunnugum manni, og dó svo. Getur hún vinsamlegast komið í prufu hjá ykkur á morgun?"

"Þetta er grimmilegt," sagði móðir hennar. "Hefurðu breytt um skoðun á því að vilja feta tónlistarferil? Vissulega gera þeir undantekningar fyrir nemendur allan tímann?"

"Kannski gera þeir það, en mér er alveg sama þó ég hafi misst af því. Það er alltaf næsta ár. Að auki langar mig til að vera verslunarkassi, ég held að það sé ástæðan fyrir því að ég kem alltaf aftur í matvöruverslunina eða fataverslunina. Manstu eftir einu sinni?"

Móðir hennar kinkaði kolli.

"Eftir verslunarkonu, píanóleikara, þá kennara," sagði unglingurinn og lét hendurnar af krossi og bitnaði neglurnar.

Móðir hennar kastaði auga til hennar. "Ekki það, elskan. Að bíta neglur er svo óhollt." Brandy setti hendur fyrir munninn. "Í þeirri röð?" sagði móðir hennar og hló.

"Kannski öfugt," hrópaði Brandy þegar þær keyrðu inn í innkeyrsluna. "Pabbi er ekki kominn heim enn."

Hún notaði sjálfvirka hurðaropnarann fyrir bílskúrinn án þess að svara dóttur sinni. Já, eiginmaður hennar var aftur seinn. Hann var að koma síðar og síðar heim hverja nótt. Hann sagði að vinna héldi honum uppi, krefðist þess að hann vann yfir sig án þess að fá yfirvinnugreiðslu. Henni þótti það svo leitt þegar hann kom aldrei heim til að sjá Brandy áður en hún fór að sofa. Að minnsta kosti höfðu þau snarl tilbúið til að borða. Hún myndi útbúa kvöldmatinn, koma sér fyrir í herberginu sínu. Þannig gætu hún og eiginmaður hennar borðað kvöldmat saman. Þetta yrði yndisleg kvöldstund, bara þau tvö.

"Taktu töskurnar," sagði hún.

"Allt í lagi, mamma," svaraði Brandy þegar þær gengu inn.

KAFLI 13

ÁSTRALSKI OUTBACK

DRENGURINN Í OUTBACK-svæðinu í norðurhluta Ástralíu hafði búið í kassa. Hann var tólf ára þegar þeir fundu hann. Líkamlegt ástand hans var afmyndað þar sem hann sat með bognan bak og hnéin upp við bringu – eins og í kassa. Jafnvel þegar þeir brut kassann upp og létu hann út.

Hann gat ekki talað, eða vildi ekki tala. Þangað til hann byrjaði aftur að treysta. Þá rétti hann úr sér og líkaminn slakaði á.

Hann kaus frekar hljóð, hvíslandi raddir. Hátt hávaði af öllu tagi skelfdi hann. Hann nötraði og dró sig inn í sjálfan sig. Hann leitaði að því og kallaði á "Kassann!"

Þeir höfðu geymt hann þar, í horninu. Þangað til fólk í Sydney sagði að hann myndi aldrei batna nema hann yrði eyðilagður.

Hann hjálpaði þeim að gera það, með skurðmóri, næstum því eins stórum og hann sjálfur. Þegar kassinn brotnaði í mola, snérust augun aftur í höfðinu á honum og hann var horfinn. Burt. Einhvers staðar í huga sínum. Ónæmur.

Enginn vissi hver hann var. Eða hverjum hann tilheyrði. Hvaða foreldrar læstu barni sínu inni í kassa, eins og dýri?

Engu að síður hafði hann ekki verið svangur. A.m.k. ekki eftir mat. Og hann var ekki orðinn vatnslaus.

Sem þýddi að einhver var í nágrenninu. Þeir biðu, þjóðgarðverðir, lögreglumenn, eftir að þeir kæmu til baka – en þeir komu ekki. Svo þeir hlutu að hafa vitað að kassi í kassa var horfinn.

Sálfræðingateymi hafði sett upp myndavélar í húsinu svo það gæti fylgst með drengnum fjarstýrt frá Sydney.

Aðrir, víðs vegar að úr heiminum, vildu taka þátt í athugun drengsins. Sumir voru að skrifa ritgerðir um barnaníð, um vanrækslu. Þeir börðust sig upp að ofanverðu á listanum.

Drengurinn sveiflaðist fram og aftur án þess að segja orð. "Kassi!" hafði verið eina tilraun hans. En hann vissi hvað var í gangi. Hann heyrði þá hvísla.

Milljónamæringar sem vildu ættleiða hann. Hann var ekki að fara neitt. Hann var að verða eftir. Þetta var heimili hans.

Drengurinn, sem hafði aldrei sofið í rúmi áður – eða ef hann hafði gert það, mundi hann það ekki – vildi ekki sofa í einu núna. Í staðinn rúllaði hann sér upp í kúlu og svaf í horninu á gólfinu. Hann hafði not fyrir koddann og teppið sem þau höfðu skilið eftir fyrir hann. Þessar lúxusvörur lágu óhreyfðar.

Á meðan verið var að ákveða hvað skyldi gera við hann var systur útnefnd. Á Ástralíu eru systur einnig kallaðar hjúkrunarfræðingar. Í sumum tilvikum er systir einnig nunna. Einnig getur systir sem er hjúkrunarfræðingur verið bróðir, ef um karlmann var að ræða.

Systir/hjúkrunarfræðingur drengsins var góð kona sem hafði alltaf hárið upp í hnút. Hún var í hvítum einkennisbúningi með tilheyrandi skóm sem hvelltu við hvert skref sem hún tók.

Í fyrsta sinn sem hún reyndi að varpa teppi yfir hann öskraði hann eins og hann hefði verið ráðist á af reiðu skýi.

"Þarna, þarna," sagði systir. Hún skjálfði, og lyfti svo teppinu. Hún lagði það um axlir sér og drengurinn tók stórháls.

"Það er mjúkt," sagði hún.

Hún kúraði sig í það. Lykt af því.

"Það er mjög mjúkt og heitt," hvíslaði hún.Strákurinn rétti úr höndinni og snerti brún teppisins. Hann klappaði því, eins og það væri enn á kindinni sem það hafði komið frá.

"Viltu fá það?" spurði systirin.

Hann sagði nei í tvo daga, en leyfði henni svo að leggja það um axlir sínar. Eftir það svaf hann með það, eins og það væri lifandi vera. Hann vöggði teppið eins og barn og hvíslaði að því. Að lokum sótti hann huggun í því og leyfði systur sinni hvorki að taka það né þvo það.

Á fjórða morgni frelsis drengsins byrjuðu dýr að safnast saman úti á grasflöt fyrir framan eignina. Fyrst kom kvenkengúra. Hún hoppaði niður að neðsta tröppu veröndarinnar, settist svo á hækurnar og horfði á dyrnar.

Næst kom ema og gerði hið sama. Síðan komu mágpía, kakatúa og galah. Fuglarnir tóku hver af öðrum að syngja og rödd þeirra virtist kalla drenginn út. Áður hafði hann ekki haft löngun til að opna hurðina eða fara út. En þegar hann sá dýrin og fuglana fór hann út án hika til að hitta þau.

Systir horfði á hann frá bakhlið skjermsins sem var fyrir hurðinni. Hún hafði ekki gaman af hundum, köttum né fuglum – í raun og veru hræddu þau hana – en þessi villtu dýr hræddu hana til ósköpunar. Hún myndi þora út ef þörf krefði. Hún vonaðist til að einhver kæmi til að hjálpa henni fljótlega.

Drengurinn stóð á veröndinni og andaði að sér loftinu. Hann opnaði örmarnar vítt, enn víðara, og fyllti lungun af úti lofti. Hann andaði því að sér, gráðuglega.

Systir, sem óskaði þess að hann væri hennar eigin sonur, horfði á brjóstkassann hans þenjast út í smáa líkamanum.

Þá gerðist það.

Drengurinn fór að lyftast upp, eins og hann væri loftbelgur sem tæki á loft, en hann var ekki loftbelgur, og hann var ekki á snæri – hann var ungur drengur.Systirinn hljóp út. Hún elskaði hann – og hann var að hverfa burt. Aftan við hana dynsti skjárhurðin.

"BÍÐU!" hrópaði hún og rétti út grípandi fingur að honum.

En drengurinn renndi sér burt. Litlu fætur hans lyftust. Tóku hann út, lengra. Á meðan þrjár fuglar báru hann, áfram og áfram.

Hún greip í, en hann var orðinn of langt kominn. Og svo horfði hún á, þegar kengúru-móðir lyfti augum.

Og drengurinn féll niður á axlir móður sinnar. Hún settist uppi með handleggina hans utan um háls kengúrunnar og skokkaði af stað. Við hlið þeirra hélt ema í sama skrefi.

Systirin, sem vissi ekki hvað annað hún ætti að gera, hljóp inn til að ná í bíllyklana sína. Hún setti vélina í gang og elti drenginn þar til hún sá hann ekki lengur.

Drengurinn sem hafði einu sinni búið í kassa hafði verið tekinn úr mannheiminum. Hann hafði farið inn í heiminn þar sem dýr hugsa fyrir eigin tegund. Og þetta barn var eitt þeirra. Hann var fjölskylda.

Og drengurinn söng lög í röddunum sem hann þekkti djúpt innra með sér. Og hann hló hástöfum og var hamingjusamur, á meðan hann var borinn burt, til staðarins í hjarta sínu. Staðarins þar sem hann var það sem hann hafði ætíð átt að vera.

KAFLI 14

EINMANNASTU DRENGUR

Í BANNAÐA SKÓGINUM í Japan heyrðist barnsgrátur. Fuglar söfnuðust saman, tóku þátt í söngnum og magnaðu bón drengsins um hjálp. Næturhrafna kom og hræddi hina fuglana burt. Hún settist í nágrenninu, til varðveislu og bið.

Bílavarðkerfi hóf að hljóma. Hljóð þess drap út grátur barnsins. Hann var í barnabílstóli. Slíkum sem áður hafði verið á aftursæti bíls.

"Púss, púss," og bílaálarminn þagnaði, nógu lengi fyrir ökumanninn til að heyra daufu gráti barnsins. Hún og eiginmaður hennar flýttu sér inn í skóginn, þar sem þeir fundu barnið sem var hrætt og alveg einmana. Saman hugga þeir hann.

Nokkrir hrafnarsparðar dvöldu áfram, horfðu á. Mettuðu aðstæðurnar. Þeir hröktu í fiðrinu og kvökuðu. Eins og þeir væru að flytja björgun barnsins beint út í loftið.

Konan leysti belti barnsins. Hún faðmaði hann fast og spurði hann spurninga sem hann var of ungur til að svara. Spurninga eins og: "Hvar er Haha þín, Ko? Hvar er Otosan þinn?" (Þýtt: Hvar er móðir þín, barn? Hvar er faðir þinn?)

Maður hennar leitaði svæðið. Hann kallaði. Þegar enginn svaraði leitaði hann að merkjum. Fótspor fullorðinna. Engin fundust.

"Engar fótspor," sagði hann og hristði höfuðið í vantrú. Fyrir hann var skógurinn ekki uppáhaldsstaðurinn. Hann kaus borgirnar og hávaðann. Hann var sá sem óvart hafði látið bílinn pípa. Hann hafði vonað að konan hans myndi vilja fara. Hann hafði lofað henni hádegismat á uppáhaldsveitingastaðnum hennar. Þá hafði hún heyrt barnið og hlaupið inn í skóginn.

Hann hafði elt eiginkonu sína, til öryggis hennar. Í borginni forðast þau svæði þar sem rándýr gætu legið í felum. Losað ógrunaða, trúloða fólki – eins og eiginkonu hans – í hættu.

Skógurinn, þessi tiltekni skógur, var lifandi af hljóðum. Lifandi, af ljósi. Og barnið, þau gátu ekki skilið barnið eftir.

"Förum," sagði hann. "Við förum með hann á spítalann, til að ganga úr skugga um að honum líði vel og til að kalla á lögregluna til að athuga hver á hann að vera."

Hún hélt barninu þétt að brjósti sér, renndi hendi upp bakið á honum, eins og móðir myndi gera við sitt eigið barn. Í huga hennar var hann akkúrat það, barnið hennar. Barnið sem hún hafði aldrei getað eignast, hafði kallað á hana og hún hafði komið inn í bannaða skóginn og eignað sér hann.

"Hann er minn," sagði hún, fyrst hrokafullt, en síðan mýkra, "ég meina, okkar. Barn okkar. Sonurinn sem þú hefur alltaf viljað."

Maður hennar horfði á drenginn. Hann þurfti á þeim að halda. Og hann var of lítill, of ungur til að muna neitt annað. Hann treysti þeim nú þegar. Enginn myndi vita af þessu, hugsaði hann. En var það rétt, að taka þetta barn sem sitt eigið?

"Enginn myndi vita af því," sagði eiginkona hans, eins og hún hefði lesið hugsanir hans.

Þetta gerðist oft, eftir tólf ár saman. Þau hugsuðu svipað. Tóku til máls á sama tíma. Kláruðu setningar hvors annars.

Þau voru ástúðlegt og stöðugt par. Saman höfðu þau svo margt að bjóða barni. En örlögin höfðu ekki gefið þeim eitt af þeirra eigin.

Hún rétti barninu til eiginmanns síns og beið.

Fuglarnir fyrir ofan sáu hvernig hendur hennar skjálfuðu. Þeir söngtuðu hvetjandi, hvöttu hana til að taka barnið. Að hjálpa honum að ákveða að barnið væri nú þeirra.

Hún hafði þegar eignað sér hann í hjarta sínu og sálu. Maður hennar líka, en hann var rifinn á milli eigingirninnar. Hann vildi gera hið rétta, ekki hið eigingjarna.

"Viltu koma og búa hjá okkur?" spurði hann barnið.Þótt hann svaraði ekki héldu þau þrjú aftur til bílastæðisins. Þau settu drenginn í miðjunni á aftursætinu, fjarri loftdýmum.

Fuglarnir og uglan kinkaðu kolli, og flugu svo burt inn í skóginn.

KAFLI 15

KONA

KONA GÖMUL SVEIFLAST í stólnum sínum, fram og aftur, fram og aftur. Minningar hennar eru fljótar, eins og ský. Oft úr seilingu.

Rugl er að ryðja sér að. Brátt mun það skipta út allt í huga hennar fyrir tómarúm.

Geðveiki velur ekki fórnarlömb sín eftir vilja eða þörfum hins sjúka. Tilgangur hennar – að rugla. Að einangra. Að eyða.

Hún hafði staðiðst það, þangað til einn daginn þegar allt fór á hvolf.

Svona kallaði hún það núna, allt fór á hvolf. Eða A/H í stuttu máli. hitt hafði verið slæmt, og versnað stöðugt. En það að allt færi á hvolf þýddi að hún væri ekki geðveik og enn fremur þýddi það að hún væri ekki ein – ekki lengur.

Í huga sínum sá hún allt. Stundum gerðist það í hægagangi, eins og hún hefði smellt á hnapp á fjarstýringunni. Stundum spiluðust senur aftur og aftur, afturábak, áfram, í hringrás. Öðru hvoru var hún í miðju atburðanna, að fylgjast með beint eins og fréttamaður.

Þegar þetta gerðist fyrst var hún hrædd um að verða særð eða drepin. Hún hafði orðið vitni að nokkrum hrollvekjandi atburðum. En þegar hún áttaði sig á því að þeir sem voru í kringum hana gátu hvorki séð hana né heyrt hana, gat hún slakað á. Nema aðalenglarnir, þeir vissu að hún var þarna, en þeir létu ekki nærveru hennar verða kunnugt öðrum.

Eins og einu sinni þegar hugur hennar flaug til Hollands. Hún hafði sest að og fylgdist með litlu stelpunni. Hún hrópaði þegar stelpan missti sjónina. Hún fann sig valdalausa, því hún gat ekki gert neitt annað en að horfa á. Það breyttist líka með tímanum.

Síðan urðu Lia og E-Z vinir, og svanurinn Alfred bættist í hópinn. Hún fylgdist með þeim, hlustaði á þá. Hún fann sig sem óséðan og óheyrðan meðlim í liði þeirra. Hún fylgdist með þeim vinna saman og verða óaðskiljanlegir vinir.

Þá talaði hún skyndilega við Liju í huga sínum, og litla stelpan svaraði. Alveg nýr heimur opnaðist fyrir Rosalie.

Í fyrstu var samtalið þeirra nokkuð takmarkað. Þrátt fyrir mikinn aldursmun höfðu þær þó nokkra sameiginlega hluti. Eins og ást þeirra á ballett.

Eftir að æðstu englunum breyttu reglum hélt Rosalie enn betur auga með Þrímenningunum. En samt dugðu þessar samræður ekki til að setja hug hennar á próf eða halda honum uppteknum.

Þá uppgötvaði Rosalie Hin Aðra. Börn með einstaka hæfileika í öðrum hlutum heimsins – og hún gat talað við þau.Fyrst var Brandy, unglingur sem bjó í Bandaríkjunum. Síðan kom samband frá Lachie, einnig þekktur sem Drengurinn í kassanum. Í þriðja lagi, en ekki síðastur, var Haruto, sem bjó í Japan. Haruto var yngstur allra. Öll þrjú börnin höfðu hæfileika. Og hún var eini tengiliðurinn.

Fyrir núverandi hélt Lia tengslum sínum við Alfred og E-Z, en brátt myndi hún þurfa að segja þeim allt um hina.

Rosalie skjálfði þegar hjúkrunarfræðingarnir komu með matinn hennar. Rauð gelé. Uppáhalds. Hún borðaði fyrsta bita eftir að hafa hellt rjóma á hann. Rjóma sem átti að fara í kaffið hennar.

Í huga sínum þakkaði hún stelpunni sem kom með matinn, því Rosalie gat ekki talað. Hún gat ekki talað. Eini samskiptamáti hennar var í huga...Það virtist ekki rétt að kalla á Þrjá til að heimsækja sig á hjúkrunarheimilið. Í bili myndi hún láta Líu halda þessu fyrir sig og hún myndi skrifa niður athugasemdir um Brandy, Lachie og Haruto og setja þær í bók.

Hún myndi þurfa að fela hana fyrir erkiengjunum. Hún myndi halda leyniskjalasafn. Hún ætlaði ekki að missa sjónar á þessum krökkum, hvað sem það kostaði.

"Ó!" hrópaði hún og rétti úr hendi í efri skúffu náttborðsins við rúmið sitt. Hún mundi eftir gjöf. Glósubók. Á forsíðunni stóð: "Til hamingju með afmælið!"

Hún kladdaði á fyrstu blaðsíðurnar. Ekki með neinum alvöru orðum, en þegar hún kom að þrettándu síðu...Þrettán hafði alltaf verið heppinn tölur fyrir hana, hún byrjaði að skrifa um Brandy, Haruto og Lachie. Það var svo margt til að skrifa um. Þegar hún fékk verki í hendi hætti hún, beygði hana aðeins og fór svo beint aftur að skrifa.

Rosalie velti fyrir sér hvort það væru önnur börn en þessi þrjú nýju. Ef hún beið aðeins, gætu þau líka talað við hana. Það væri betra að segja frá leyndarmálinu sínu þegar öll börnin hefðu opinberað sig.

Rosalie var varkár og skrifaði hvorki "Leyndarmál" né "Persónulegt" á utanverðu bókarinnar. Og hún var fegin að hún hefði ekki fylgt henni lykli. Þessi þrjú atriði myndu fá hvern sem er að sjá bókarinnar til að vilja lesa hana. Fólk myndi verða forvitnilegt, eins og köttur. Það voru margir á hennar aldri sem voru forvitnir. En það myndi ekki vilja lesa eftir að hafa séð fyrstu þrettán óskipulögðu síðurnar.

Hún fletti til enda bókarinnar. Rosalie fyllti síðustu þrettán blaðsíðurnar af enn óskipulagðri handskrift. Síðan setti hún bókina og pennana aftur í skúffuna og lokaði henni.

Hún brosti, hallaði sér aftur að koddanum og hvíldi handlegginn, hugsi um kvöldmatinn. Sérstaklega eftirréttinn.

KAFLI 16

Hvar munt þú standa?

Þ AÐ ER EINN HEIMUR sem við lifum í, heimur sem er fullur af bæði góðu og vondu fólki. Heimur undir stjórn mannveru sem er gölluð og ófullkomin. Fólk sem eru ekki vélmenni…Ekki forritað til að vera gott eða vont.

Við lærum alla ævi af því sem við sjáum, tökum eftir, erum kennd og verðum að.

Við lærum af þeim grunnstoðum sem lagðar hafa verið fyrir okkur. Eftir því sem við vöxum og víkkuðum sjóndeildarhringinn okkar, verðum við að taka ákvarðanir.

Það er undir okkur komið að beita þeim þekkingu sem við höfum öðlast. Að velja milli rangs og rétts.

Í gegnum aldirnar hafa miklir menn verið blekktir. Stórir og voldugir menn. Jafnvel fullorðnir.

Stundum er auðvelt að taka ákvörðun. Án gráa svæða. Stundum eru öfl utan okkar stjórnar sem leiða okkur. Aðrir ýta á okkur til að fylgja siðferðisreglum þeirra. Stundum eru óvæntir þættir.

Segjum sem svo að við séum á vegi og einhver setur upp vegtjald. Við getum tekið það niður eða stoppað og beðið eftir að sá sem setti það upp fjarlægi það. Við getum valið.

Líf snýst um val. Val okkar getur mótað líf okkar. Við förum þá leið, með múrsteinunum sem lagðir voru af góðum ákvörðunum okkar.

Eða við getum látið blekkjast. Látið blekkjast til að fara á móti því sem við vitum að er satt.

Þegar það gerist getur allt hrunið – eins og keðjuknúnir.

Og afleiðingar verða fyrir gjörðir okkar – eða athafnaleysi. Ekki bara fyrir okkur sjálf. Það sem við gerum hefur áhrif á aðra.

Og að lokum, eftir dauða okkar, verðum við öll gripin og haldið í faðmi Sálarveiðimanna okkar.

Fúrin – þrjár illar guðdísir – eru að taka völdin yfir Sálarveiðimönnunum.

Sálarveiðimenn eru numdir á burt.

Sálir fljúga um án heimilis.

Heimilislausar sálir.
Óreiða er á sjóndeildarhringnum.
Hvar munt þú standa?

KAFLI 17

ROSALIE Í HJÓRTU HERBERGI

ROSALIE OPNAÐI AUGUN. Það var matartími og hún hafði beðið um morgunverðarvagn. Herbergið hennar var á leiðinni að matsalnum. Þegar þeir báru matinn þangað myndi hún finna lykt af beikoni. Það myndi láta munnvatnið renna. Og kaffið. Hún beið sínar raðar. Hún hafði engan annan kost en að bíða sínar raðar.

Hún vissi að þeim þótti betra að gefa íbúunum mat í matsalnum. Hún skildi þörfina á að halda sig við áætlun. Þrátt fyrir það vissi hún að þeir myndu koma að henni – að lokum. Það gerðu þeir alltaf á hjúkrunarheimilinu sem hún bjó á.

Hún horfði á kardínál í tré fyrir utan gluggann sinn og hugleiddi að standa upp úr rúminu til að sjá betur.

En þegar hún færði af sér sængina og stígaði niður á teppið – fann hún sig skrítin. Dof.

Og lenti í Hvíta herberginu.

Ekkert hafði breyst síðan E-Z hafði verið þar. Og það tók ekki langan tíma fyrir Rosalie að ná jafnvægi og byrja að kanna umhverfið.

Þegar hún renndi fingrunum eftir bókaskápunum fékk hún déjà vu-tilfinningu. Hefði hún verið í þessu herbergi áður?

Hún gekk að miðju herbergisins og sneri sér um. Bókaskáparnir teygðu sig endalaust. Svo langt sem augað eygði. Hæð bókahillanna gerði hana svima og hún þráði að setjast niður og ná andanum.

BINGÓ

Þægilegur stóll birtist og hún sökkti sér í hann. Hún hallaði sér afturábak, en þegar hún áttaði sig á að stóllinn var á hjólum og mátti snúast, snéri hún honum. Og snéri honum. Síðan lokaði hún augunum og hvíldi sig. Hún var fegin að hún hafði ekki borðað morgunmat ennþví maginn var dálítið ringlaður þegar eitthvað hreyfðist fyrir ofan hana.

Eða hafði hún ímyndað sér það?

"Þú þarna!" hrópaði hún og benti á ekkert og engan. "Ég sá þig hreyfast, þú, þú litla...hvað sem þú ert, komdu út, komdu út," hvatti hún.

Þegar hún ákvað að hún hefði ímyndað sér þetta, sneri hún sér aftur að því að kanna umhverfi sitt og velti fyrir sér hvernig hún hafði lent á þessum stað.

"Er ég aftur í herberginu mínu, að ímynda mér að ég sé á þessum stað?" Hún notaði nöglurnar til að grafa sig í armpúðana á stólnum. Hún horfði á þær rífa skörð í leðurflötinn. Skörðin voru léttar rispur, nægilega léttar til að fjarlægja þær með smá nuddun. Enda var hún gestur, og gestir ættu alltaf að gæta þess staðar sem þeir heimsækja. Annars yrði þeim ekki boðið aftur.

Eitthvað hreyfðist aftur fyrir ofan hana. Að þessu sinni var fylgt með hljóði vængja sem slógu í loftið. Var fugl fastur þarna uppi, ófær um að komast út?

"Ég er að koma, litla mitt," sagði hún, stóð upp og gekk að stiganum.

Tréskiptið, eins og það gæti lesið hugsanir hennar, rúllaði yfir gólfið og stöðvaðist við fætur hennar.

"Hopptu á!" sagði það.

Rosalie gerði það, og ekki fyrr en það hreyfði sig áttaði hún sig á að hluturinn hafði talað við hana.

"Jæja, takk," sagði hún þegar það stöðvaðist.

"Gjörðuð þér greiða," sagði stiginn. "Er einhver sérstök bók sem þú ert að leita að?"

Rosalie hló. "Ég hélt að ég hefði heyrt fugl. Ssss."

Stiginn hló. "Það eru engar fuglar hér inni, frúin. Hljóðið sem þið heyrið kemur frá bókunum."

"Bækur með vængi?"

"Já," svaraði stiginn. Síðan: "Þú þarna! Komdu hingað!"

Rosalie horfði á þegar þykk, svört bók ýtti sér út að brún hillunnar. Síðan spóguðu vængir út úr henni að framan og aftan. Hún flaug niður og lenti í höndum Rosalie.

"Æi," sagði hún og leit á bókarbakið. "Ég held að ég hafi nú þegar lesið þessa."

DWOING.

Bókin rífst úr höndum hennar og sneri sér aftur á upphaflegan stað sinn á hillunni.

"Mér þykir leitt," sagði Rosalie. Síðan við stigann, "Ég vona að ég hafi ekki móðgað herra Dickens."

"Ef þú ert búin með mig núna," sagði stiginn, "má ég þá benda þér á að stökkva niður?"

"Mér þykir leitt að hafa eytt tíma þínum," sagði hún.

"Þú hefur það ekki gert. Mér er ánægjulegt að geta þjónað."

Rosalie steig niður og stiginn skundaði yfir á hinn enda herbergisins.

Rosalie þreifaði fyrir höndina á sér; nei, hún var ekki með hita. Blóðsykursstigið hennar hlýtur að hafa farið of lágt. Og nú myndi hún ekki fá að borða, ekki í margar klukkustundir. Og þessi þjófur, Agnes Lindsay, myndi stela morgunmatnum hennar. Hún myndi smygla sér inn á herbergið hennar og éta hann til síðasta bita. Þegar hjúkrunarfræðingarnir kæmu aftur til að sækja fatinn myndu þeir halda að Rosalie hefði étið hann. Rosalie og Agnes voru óvini að eilífu.

Til að hugsa ekki um knirkandi magann beindi Rosalie athyglinni að bókum. Einni bók sérstaklega. Bók sem hún hafði elskað að lesa aftur og aftur þegar hún var lítil stelpa. Hún hét Anne of Green Gables eftir, eftir…Hún gat ekki munað eftir nafni höfundarins.

"Lucy Maud Montgomery," sagði stigarinn, á meðan hann flýtti sér að henni. "Hoppaðu eina," sagði hann.

"Ah, takk fyrir tilboðið en ég er of svöng og kannski of svimandi til að klifra upp á þig."

"Taktu þér sæti," sagði stiginn, "þarna yfir."

Þá flautaði stiginn og hátt uppi á hillunum hreyfðist bók áfram. Hún sprotti vængi að framan og aftan og flaug inn í hendur Rosalie. Hún faðmaði hana að brjósti sér.

"Takk," sagði hún. "Er það allt?" spurði stigarinn.

"Já, nema þú hafir aukapör af lestrargleraugum falin einhvers staðar í þessu herbergi."

HAMARINN!

Gleraugun hennar birtust og sátu fullkomlega bein á nefinu á henni.

Stigarinn sneri aftur á sinn fyrri stað.

Öklaböndin á Rosalie voru að verkja.

HAMARINN!

Stóll skaut upp undir fótum hennar.

Hún opnaði bókina. Inni í henni var skissa af bókarnafnhafi, Önnu Shirley. Hún renndi fingri eftir útlínum rauða hárs fátæku munaðarleysingjastelpunarinnar.

Anne augsmerkti Rosalie. Sem blikkaði, og brosti svo til baka. Hún hafði heyrt um gagnvirkar bækur áður, en þessi sló algjörlega í gegn!

Með skjálfandi höndum breiddi hún út kortið af Kanada. Augun fylgdu örvunum sem leiddu til Prince Edward-eyju. Í huga sínum gekk hún vegalengdina

– og kom að Green Gables. Frammi við húsið biðu Cuthberts-fólkið eftir Önnu.

Hún sneri blaðinu við og hóf að lesa. Hún hló við hverja nýju klúðurslegu stöðu sem Anne lenti í.

Þá buldraði í maga Rosalie og hún óskaði þess að fá eitthvað sem var alls ekki morgunverðarlegt. Jell-O-salat. Eitthvað sem mamma hennar gerði stundum á sérstökum dögum þegar hún var lítil stelpa. Uppáhaldshluti hennar var þeyttur rjómi ofan á.

BINGÓ.

Þarna fyrir framan hana var regnbogalaga Jell-O salat með rjómaklessu ofan á. Hún hugsaði um skeið og

BINGÓ.

Einn birtist. En þá mundi hún hvernig mamma og pabbi hennar myndu skamma hana ef hún borðaði eftirréttinn sinn fyrst. Hún hugsaði um kartöflumús. Gufandi heit með smjöri að bráðna ofan á. Ó, og kjötkötu með tómatsósu. Og smátt sem nýtínt var úr garðinum.

BINGÓ.

Framundan henni var risastór skál af kartöflumús. Smjör bráðnaði niður hliðarnar. Þetta var listaverk. Hún leit næstum of góð út til að borða.

Við hliðina á henni var ferningur af kjötköku með klessu af tómatsósu yfir.

Og í sérstakri skál, smjörbaunir. Með grein af myntu ofan á.

Hún brosti. Sem lítil stelpa hafði hún ekki haft gaman af því að maturinn hennar snerti saman. Í þessu herbergi vissi kokkurinn hvað henni líkaði.

En kokkurinn hafði gleymt að gefa henni borðbúnað. Hún ímyndaði sér hníf og gaffal.

BINGÓ.

Þeir komu líka. Hún át gráðuglega. Gætilega svo hún skemmdi ekki bókina Um Önnu í Grænu Húsi. Bókin, sem skynjaði að vernd væri nauðsynleg, flaug upp og svifaði í loftinu þar sem Rosalie gat auðveldlega náð til hennar.

Rosalie át allt, þar á meðal Jell-o salatið, sem nötraði á skeiðinni.

Þegar hún var búin

BINGO

hurfu diskarnir, áhöldin o.s.frv.

Eftir nokkur augnablik þakklætis fyrir matinn sem henni hafði verið gefinn, leit hún upp á bókina.

Hún flaug til hennar, og hún hélt áfram að lesa.

Að lesa og bíða.

Hvað, eða hver, hún vænti – það vissi hún ekki.

KAFLI 18

CHARLES DICKENS

Í BORGINNI LONDON í Englandi féll málmílát úr himni. Ílátið sjálft var hvorki langt né sílíulaga. Reyndar var það hlutur sem líktist kápu. Munurinn var sá að þetta var ferningslaga að lögun og án glugga. Í stað glugga var það speglað á öllum hliðum. Þar sem það var flatt þegar það skall í vatnið renndi það yfir það með gífurlegum krafti. Það lenti á bakkanum við Thames-ána.

Að fylgjast með þessu gerast voru tveir málmskynjarar að nafni John og Paul. Báðir mennirnir voru þrítugir. Þeir afluðu sér framfærslu með gróða af málmskynjun. Þess vegna voru þeir taldir fagmenn í málmskynjun.

Vinnutími málmskynjara var breytilegur. Þeir voru sjálfstætt starfandi og ábyrgir fyrir viðhaldi og umsjón með tólum sínum.

Málmskynjari þurfti mörg verkfæri. Hann vildi ekki vera úti í fornleifauppgröft óundirbúinn. Flestir báru verkfærakassa með sér hvert sem þeir fóru. Inni í honum voru nauðsynlegir hlutir. Til að nefna nokkra: heyrnartól, regnhlífar, öryggisbelti, grafverkfæri, skóflur, verkfærabelti, vesti (með vösum), vatnsheldur poki, bakpoki, ruslapoki.

Flestar fornleifagrafir Johns og Pauls voru í London, við Þemsa. Eins og lög krefjast báru þeir Standard- og Mudlark-leyfi. Þau voru veitt af Port of London Authority.

Leyfið leyfði þeim að grafa niður á 7,5 cm dýpi ef þörf krafði (stigann þurfti þó sama hvort ætlunin var að grafa eða ekki).

Í tilfelli ferningslaga hlutarins – sem hafði lent fyrir framan þá – þurfti að hugsa sig vel um áður en þeir sækju hann og lýstu kröfu um hann.

"Viltu kíkja betur?" spurði Páll.

John, sem sagði lítið, kinkaði kolli.

Þeir drulluðust áfram, verkfæri í höndum. Gúmmístígvélin þeirra muldraðu og plástruðu, ýttu drullu og vatni til hliðar með hverju skrefi. Bakki árinnar var oft mjög drullugur eftir nokkra daga samfellds rigningar.

"Mín krafa!" sagði Paul.

"Sanngjarnt," sagði John.

Þó að þeir hefðu báðir séð það á sama augnabliki, vissi hann að hann væri að lýsa kröfu fyrir hönd sína líka. Þeir voru félagar, höfðu alltaf verið það og ekkert myndi nokkurn tíma breyta því.

Báðir héldu áfram þangað til þeir komu að því. Það var eins og ferningslaga speglabolti og þegar þeir reyndu að skoða hann sáust þeir eingöngu sjálfir í honum.

"Ég þarf að láta klippa mig," sagði John.

Páll hæðni brosti þegar hann snerti hlið þess með tá skósins. "Það hlýtur að vera einhver leið til að opna þetta," sagði hann.

"Það er of stórt til að við getum velt því," sagði John og tók málband úr vasanum og mældi hæð annarrar hliðar. Hann sýndi Páli niðurstöðuna, sem var 60 sentímetrar.

Þeir gengu í kringum hlutinn. Stöðvuðust til að banka í hann öðru hvoru. Vöruðu sig við að setja óhrein fingraför á speglaða hlutinn. En vonuðu að þeir myndu snerta leynihnapp og hann myndi opnast.

Og hlustuðu. Til að ganga úr skugga um að það væri ekki að tikka.

"Kannski ættum við að taka það á safn eða tilkynna um uppgötvun okkar?" stakk Páll upp á. "Þeir myndu senda vörubíl eða krana til að taka það upp og flytja það. Eftir að sprengjusérsveitin hefur skoðað það."

John hristði höfuðið.

"Ef þeir senda sprengjusveitina, munu þeir sprengja það. Brotnir glerbitar verða alls staðar, og tilkynning okkar verður gagnslaus."

"Satt, satt," sagði Páll. "Þessir strákar elska að sprengja hluti. Ég meina, það er jú fríðindi, er það ekki?"

"Ég geri ráð fyrir því. Hvað eigum við að gera núna? Það er ekki að tikka. Við erum lausir í því tilliti."

"Já. Ekki þörf á sprengjuliðinu," sagði Páll. Hann gekk um hlutinn með hendur lagalega bak við sig. Þetta var hans hugleiðslu-gangur. John fylgdi honum aftan á eftir, stígaði í sama skrefi, með hendur lagalega bak við sig.

Páll sagði: "Við verðum að komast að því hvað þetta er og hversu gamalt það er. Við þurfum aðeins að tilkynna ákveðna hluti samkvæmt lögum um fjársjóði frá 1996. Það lítur hvorki út fyrir að vera gull né silfur og það lítur alls ekki út fyrir að vera yfir þrjú hundruð ára gamalt. Þetta fundstykki gæti verið okkar og eingöngu okkar, þ.e. við þyrftum ekki að tilkynna það til staðbundins FLO (sambandsmanns um fundi).

"Alveg örugglega hvorki gull né silfur," sagði John og bankaði á málmhlutinn og hlustaði. Hann hljómaði tómur. Hann bankaði á hann á nokkrum stöðum og hlustaði.

Ofantil þeirra birtust tvö ljós.

Annað var grænt og hitt gult.

Þær lentu á efri hluta hlutarins.

"Hættu þessu!" sagði Paul.

"Erum við að brjálast?" spurði John og klóraði sér í höfðinu.

"Ég held ekki," svaraði Paul.

Ljósin lyftu sér af og flugu umhverfis. Bæði lentu við fót endans. Þegar þau höfðu sest, lyftu ljósin honum og héldu honum á staðnum. Sekúndum síðar hóf það að snúast, hægt í fyrstu en svo sífellt hraðar. Fljótlega var það að snúast á miklum hraða. Á meðan það snerist hóf það að syngja með háu tóni.

Leitarmennirnir féllu á hnéin og huldu eyrun með höndum. Líkamir þeirra hrökkvuðust af ógleði, líkt og sjóveiki. Og þeir voru mjög hræddir.

"Hvað er að gerast?!" hrópaði John. Ég held að þetta sé að klekjast!" svaraði Páll.

Þegar ílátið datt til jarðar púlsandi. Skjálfandi. Hristist. Þegar speglaða kassan opnaði sig með gapandi munni, féll hluti hans niður eins og brú sem lyftist yfir grasið við árbakkann.

"Arrrgggggh!" hrópuðu málmskoðararnir.

Þeir biðu, horfðu í gegnum bilið milli fingranna. Ekki lengur áhugasamir um að eigna sér hlutinn. Ekki lengur áhugasamir um verðmæti hans.

Út steig ungur drengur.

"Þetta er krakki," sagði Páll og stóð upp.

John stóð einnig upp og lagði hendur á mjöðm.

"Bíddu," sagði Páll. "Hann er klæddur eins og einn af þessum Oliver Twist-krökkum."

"Ég er endurfæddur," hrópaði drengurinn, tók hattinn af sér og setti hann aftur á höfuðið. Hann teygði sig, yaug og tók svo til við að skoða umhverfið. "Sjáðu þarna! Þinghúsið. Það hefur breyst síðan ég sá það síðast. Og hlustaðu," sagði hann þegar klukkan sló einu, tvisvar, þrisvar. "Af hverju hafa þeir sett Stóru bjölluna í búri?" spurði hann.

"Hvað áttu við með búrið? Og hún heitir Big Ben," sagði Páll. "Og af hverju ertu klæddur svona? Ertu að fara í búningapartý?"

Strákurinn slétti yfir framhlið vesti síns. Hann athugaði að vestið hans væri alveg hnappað og að buxnaskálmarnar væru alveg niður. Hann var vanari að vera í stuttbuxum og þær lengri vildu alltaf krumpast upp. Á höfði hans var hattur sem hann tók af sér áður en hann talaði aftur.

"Vitið þið leiðina til Portsmouth?" spurði hann. "Mamma og pabbi munu hafa áhyggjur af mér."

Leitarmennirnir horfðu á hvorn annan, en enginn sagði neitt. Í fyrsta sinn á ævinni urðu þeir alveg málalitlir.

"Ég er að fara," sagði drengurinn og setti hattinn aftur á sig.

POP.

POP.

Hadz og Reiki komu til og blokk flaug beint fyrir augun á drengnum.

"Charles Dickens, þú verður að vera hjá þessum tveimur mönnum. Þeir munu leiða þig þangað sem þú þarft að vera. Þú þarft að vera hjá E-Z."

"Hvað sögðu þeir?" sagði John og nuddaði eyrun. "Ég held að ég sé að verða geðveikur."

"Þeir sögðu að hann væri Charles Dickens. Charles Dickens! Og við eigum að hjálpa honum að komast til E-Z, hver sem hann er þegar hann er heima," svaraði Paul.

Charles Dickens. SÁ Charles Dickens. Einnig þekktur sem fjarlægur ættingi E-Z og Sams...Hann kinkaði höfði til hinna tveggja álfa-líku veranna. "Ég átti einu sinni bók, með álfi á kápunni eftir Grimm. Þekkið þið hann?" spurði hann.

Hadz og Reiki glottuðu að sér, og hurfu svo.

POP

POP.

Charles Dickens setti aftur á sig hattinn sinn. "Ég er á leið til Portsmouth." Hann hóf göngu sína.

"Nei, það ert þú ekki," sögðu málmskoðararnir í kór.

"Auðvitað er það það," sagði hann.

"Það er langt til Portsmouth," sagði John.

Á bak við þá byrjaði speglaða teningurinn að skjálfa og nötra. Síðan talaði hann: "Þessi cybus autem speculatam mun sjálfseyðast eftir 5, 4, 3, 2, 1, 0."

Leitarmennirnir hröpuðu til jarðar og huldu höfuð sín með höndum.

PÙFF.

Og það var horfið.

"Æ, hvað mér létti," sagði Dickens. Hann benti síðan í átt að London Eye. "Hvað í ósköpunum er það?" spurði hann.

Leitarmennirnir hlupu fram fyrir Charles. Leiddust þeir veginn og hreinsuðu brautina. Eins og tveir varnarmenn í fótbolta héldu þeir honum öruggu. Forðast hjól, gangandi vegfarendur og villta hunda. Leiðir hann á aðrar slóðir til að forðast strætisvagna, leigubíla og rafskúta.

"Hann heitir The London Eye og þaðan sér maður í margar mílur í kringum sig."

"Er nokkur möguleiki á að við fáum okkur eitthvað að borða fljótlega?" spurði Charles og nuddaði magann.

"Hvers vegna kemurðu ekki með okkur heim og færð þér fyrst bolla af tei," bauð Paul. "Móðir mín gerir frábært te og hún gæti jafnvel bætt við einni eða tveimur smákökum."

"Hljómar vel fyrir mér," sagði Dickens. "Þá verð ég að koma mér heim. Móðir mín mun vera að velta fyrir sér hvar ég er. Ég á ekki að vera úti lengi, og miðað við hvar sólin er, geri ég ráð fyrir að hún fari að setjast fljótlega."

Þegar þeir nálguðust Convent Gardens tók Dickens eftir skilti. "Sjáðu hér," sagði hann. "Nafn mitt er skrifað hér."

John og Paul horfðu á Charles Dickens.

"Hvað?" sagði hann.

"Þú munt verða frægasti breski rithöfundur allra tíma," sagði John. "Og Oliver Twist er einn af frægustu persónum þínum."

"Er það svo?" spurði Charles.

"Það er það," sagði Paul. "Og ég meina ekki að móðga þig eða neitt, en, þú veist, William Shakespeare er líka ansi frægur," sagði Paul.

"Shakespeare var leikskáld. Skrifaði ég leikrit?" spurði Charles.

"Nei, þú skrifaðir skáldsögur. Jæja þá, kannski hafðir þú rétt fyrir þér."

Þeir komu að húsinu hjá Paul. "Mamma, þetta er Charles Dickens," sagði hann.

Hún var í eldhúsinu, í eldhússloppa, og þurrkaði sér um hendurnar á framhlið hans áður en hún rétti Charles höndina.

"Eruð þið skyldir RITUHÖFUNDINUM Charles Dickens?" spurði móðir Pauls.

"Það er yndislegt að sjá þig aftur," sagði John og breytti um umræðuefni. "Má ég vera svo dónalegur að biðja um bolla af tei með brauði og smjöri?"

"Þið þrír farið inn og setjist niður, ég kem með það strax," sagði hún og rak þá út úr eldhúsinu.

Þau settust í stofunni. Paul settist við gluggann svo hann gæti litið út um nettjöldin.

Á meðan voru John og Paul að hugsa á svipaðan hátt. Hvernig þeir höfðu uppgötvað Charles Dickens og hvernig þeir gætu grætt smá peninga á því.

Paul leitaði: Hvenær var Charles Dickens fæddur? Hvenær dó Charles Dickens? Svarið: 1870. Hann sýndi John skjáinn.

"Af hverju vildir þú fara til Portsmouth?" spurði John.

"Ég bjó þar áður," sagði Charles.

"Áttu fleiri bækur?" spurði Paul. "Ég meina bækur sem þú hefur ekki gefið út enn?"

"Ég veit ekki," sagði Charles. "Hef ég skrifað margar bækur?"

"Já, það hefurðu sannarlega, Charles," sagði John.

"Eru þær góðar?" spurði Charles.

"Ég las Oliver Twist þegar ég var strákur og Great Expectations líka. Frábær en aðeins of löng að mínu mati," sagði Páll.

"A Christmas Carol var góð," sagði John, "ekki of löng og frábær lærdómur."

Herbergið var þögult í nokkrar mínútur.

"Ég þarf að finna þennan Ezekiel Dickens – eða E-Z eins og vinir kalla hann," sagði Charles. " Ég veit ekki hvernig ég veit þetta, en ég held að hann búi í Ameríku." Hann yaugnaði og gat varla haldið augunum opin.

Mamma Páls kom inn með bakka fulla af góðgæti. Allir borðuðu sig saddir og skömmu síðar sofnaði Charles í stólnum.

"Æ, litli krílið er fast sofandi," sagði mamma Páls og lagði teppi yfir hann.

"Hann er svo lítill," sagði hún.

"En hann er einn af mestu rithöfundum," kvað John upp úr, "ritlistin rennur í æðum hans svo hann gæti orðið frægur rithöfundur einn daginn."

Móðir Páls hló, og fór svo upp stigann í herbergið sitt til að horfa aðeins á sjónvarpið.

Á meðan ræddu Páll og John um hvað þeir ættu að gera við Charles Dickens.

"Það er synd að við getum ekki haldið honum," sagði John.

"Jæja, ég held ekki að safnið myndi taka hann," sagði Páll.

Þeir voru báðir sammála um að rannsaka Charles Dickens á netinu.

POP

POP.

John og Páll staraðu fram fyrir sig eins og þeir væru sofandi. Þó að augun væru víð opin. Hadz og Reiki sungu fyrir þá lag sem hljómaði svona:

"Charles Dickens er bara drengur.

Hann er ekki leikfang fyrir málmskoðara.

Hjálpið honum að finna frænda sinn í Bandaríkjunum.

Gerðu það á morgun eða við látum þig borga!"

Lagið snerist hring eftir hring í huga Johns og Páls þar til þeir vissu hvað þeir þyrftu að gera.

"Við munum finna E-Z Dickens," sagði Páll.

"Já, það er rétt að gera," sagði John.

POP

POP.

Og þeir voru farnir.

KAFLI 19
ROSALIE LEIÐINLEG

ROSALIE VAR FARIN AÐ verða þreytt á að lesa um Önnu í Grænu gáberunum. Því eldri sem hún varð, því erfiðara var fyrir hana að einbeita sér að neinu í langan tíma. Hún tók gleraugun af sér og óskaði þess að hún ætti lavendergrímu til að hylja augun.

BINGÓ.

Mjúkur maski með dvíkandi ilm af lavender var að loka út ljósið og róa þreyttu augun hennar.

"Það er eins og hér sé galdragini!" sagði hún, lokaði svo augunum og sofnaði.

Þegar hún vaknaði stuttu síðar og tók maskan af sér var hún aftur í rúminu sínu á hjúkrunarheimilinu. Var hún að verða geðveik eða hafði hún farið í hugferð?

Rosalie var dálítið köld, líklega vegna hins kalda, sterilumhverfisins sem hún bjó í. Á ákveðnum tímum dagsins lækkaði hitastigið.

Á þeim tímum tók hún eftir að íbúar voru í herbergjum sínum, á meðan umönnunaraðilar hreinsuðu til. Þar sem þeir voru að vinna hörðum höndum tóku þeir ekki eftir kuldanum. Ekki eins og eldri borgararnir sem gerðu ekkert.

BINGÓ.

Neðri skúffan í fataskápnum hennar opnaðist og mjúkur, loðinn rauður úlpur floginn að henni. Hann jafnaði sig á meðan hún stakk örmum sínum í hann. Hún krullaði sig upp og fann fyrir hlýjunni þegar hluturinn hneppti sig.

"Þetta er nokkuð undarlegt," sagði hún.

Hún sat þögul, dreymandi um heitt tebolla með gnægð af sykri og mjólk.

BINGÓ.

Glæsilegur teketill með blómum á kom á borð við hliðina á henni. Þegar teið hafði staðið, hellti hann sjálfur úr sér í samsvarandi tekopp, bætti við tveimur sykurkubbum og smá mjólk.

"Þrír sykurkubbar, vinsamlegast," bað Rosalie.

Þriðji sykurkubburinn var bættur við.

Tekoppurinn á disknum fljótaði að henni.

"Hvernig væri smákaka eða tvær?" spurði hún.

Það stöðvaðist í loftinu.

BINGÓ.

Nú voru komnar tvær smjörkexkökur á diskinn.

"Þú gleymdir teskeið!"

BINGÓ.

"Takk," sagði hún, enn að velta fyrir sér hvort hún væri að ofskynja og/eða að missa vitið.

Teið var samt heitt, en ekki of heitt. Sætt, en ekki of sætt. Og það passaði einstaklega vel með smjörkeikjunum.

Þegar hún hafði drukkið hverja einustu dropa úr bolla sínum...

BINGÓ

Hann hvarf beint úr hendi hennar.

Hún velti því fyrir sér hversu lengi þessar töfrabrögð, eða brögð ímyndar hennar, myndu halda áfram. Á meðan þau entust myndi hún njóta þeirra til fulls.

"Bíddu nú við!"

Hún mundi eftir bókinni. Bókinni sem hún vildi ekki að nokkur gæti lesið.

"Geturðu," spurði hún loftið, "gert það svo að hinn eini sem geti lesið bókina mína." Hún rétti höndina í skúffuna og hélt henni upp. "Svo, einu sem geta lesið hana, fyrir utan mig, eru Lia, Alfred og E-Z. Enginn annar. Ef einhver annar finnur hana og flettir í gegnum blaðsíðurnar, verða þær allar tómar."

Hún beið eftir merki. Eða hljóði, en ekkert heyrðist.

Hún setti bókina aftur í skúffuna, sneri sér við og sofnaði aftur.

POP

POP

"Er hún sofnuð?" spurði Hadz.

"Ég held það. Hún er að hnerra!"

"Varastu að vekja hana ekki. En við þurfum að taka hana um borð – ég meina, formlega."

"Æðstu englunum gáfu henni kraft til að gæta Lia, E-Z og Alfred. Þeir vita af henni," rifjaði Reiki upp.

"Það er rétt, og hún mun vera trygg þessum börnum. Og hinum. Hinir æðstu englarnir vita ekki nákvæmlega um þau – og ég held að það sé betra svona."

"Samþykkt. Svo, hvað þurfum við að gera til að gera þetta að veruleika?"

"Rosalie," hvíslaði Hadz beint í vinstra eyra hennar. "Þú vilt hjálpa Liju, E-Z og Alfred, er það ekki?"

"Já," hvíslaði Rosalie.

Reiki talaði. "Og hvað með hina? Ertu tilbúin að vernda þá? Jafnvel fyrir erkiengjunum?"

"Já," svaraði Rosalie.

"Mjög gott," sagði Reiki. "Nú skulum við styrkja minningu hennar. Við viljum ekki að hún gleymi því sem hún hefur samþykkt að gera, er það ekki?"

Hadz og Reiki sungu lag,

"Minnisvarir eru fallegar.

Sem fljóta um eins og reykhringir.

Frá og til, til og frá

Láttu minningar Rosalie halda henni á réttri braut.

Galdur, galdur í lofti og í sjó

Sem bindur samning okkar við Rosalie."

POP

POP

Hadz og Reiki voru horfnir, á meðan kæra gömlu Rosalie hrjósaði áfram.

KAFLI 20

Frændur

U M MORGUNINN Í ENGLANDI, á meðan ketillinn var
að sjóða, voru John og Paul að undirbúa sig.
Tölvan var kveikt og leitarvélin opin.

"Ég skal gera teið," sagði John.

"Ég byrja að slá inn," sagði Paul, og sló inn Ezekiel
Dickens í leitarreitinn. "Ó," sagði hann. "Það var
óvænt."

John kom inn með tebakka, með sykurmola í skál,
heitt smjörbrauð og krukku af sítrónumarmelaði til
hliðar.

"Fannstu eitthvað?" spurði hann.

"Skoðaðu þetta," sagði Paul og sneri skjánum að
honum á meðan hann hrærði sykurmolum í teið sitt.

Þetta var ofurhetjuvefsíða Þrír. Þeir horfðu á
þegar E-Z kynnti sig, og á eftir honum Lia og Alfred.

"Er þetta ekta?" spurði John. "Þeir líta út eins og þrír persónur úr Cartoon Network."

Þá hófst endurspilun björgunarinnar á rússíbana. Paul ýtti á PAUSE. Hann opnaði annað glugga. Sló inn Amusement Park Rescue E-Z Dickens. Fréttablað með grein um það birtist. "Þetta er ekta," sagði hann.

"Þannig að ættingi Charles er ofurhetja?"

"Heldurðu að við séum nokkuð lík?" spurði Charles. Hann var enn hálfsofandi í of stóru náttfötunum sem þau höfðu gefið honum til að sofa í. Hann tók sneið af ristuðu brauði af disknum og bit í hana.

"Þið eruð báðir með Dickens-nefið," sagði John.

Charles skoðaði nánar þann hluta skjásins sem var stöðvaður.

"Út frá fæðingardegi þínum," sagði Páll og googlaði, "ef litið er til ársins 1812, væri E-Z sjötti eða áttundi frændi þinn í fjarlægð."

"Hvað þýðir að frændi sé fjarlægður?"

"Það þýðir fjölda kynslóða á milli ykkar," sagði John.

"Þannig að forfeður mínir eru ofurhetjur. Hvað er ofurhetja? Er það eins og í Sir Gwain og hinn Græni Riddari?"

"Já, ég man að ég las þetta í skólanum þegar ég var strákur, já, riddarar og ofurhetjur eru svipaðar," sagði Paul.

John fletti niður til að sjá hvort E-Z Dickens væri nefndur annars staðar. Það voru myndbönd á YouTube af honum að spila hafnabolta áður en hann var í hjólastól og eftir það.

"Hann er ansi góður íþróttamaður," sagði John. "Og hann stundar íþróttir í hjólastól."

"Leikurinn lítur út eins og Rounders," sagði Charles.

"Bíddu, hér er eitthvað um foreldra hans," sagði Paul.

Þeir lásu minningargreinar um foreldra E-Z, um slysið sem hafði kostað þá lífið.

"Fátæka strákurinn," sagði Charles. "Að minnsta kosti hefur hann frænda sinn, Sam, til að hugsa um sig núna."

"Af hverju hringjum við ekki bara í hann?" spurði Paul. Hann opnaði símann sinn og hringdi í upplýsingar.

Charles horfði yfir öxlina á honum, á meðan Paul talaði í símann og kvenrödd svaraði. "Ég þarf mér í te," sagði hann.

John fór inn í eldhúsið til að sækja fyrir hann tebolla.

Á meðan bað Paul um símanúmer Ezekiel Dickens í Norður-Ameríku. Eftir að hann hringdi upp númerið og síminn fór að hringja, setti Paul símann á hátalara.

"Halló," sagði Sam.

Charles var nærri því að láta tebollann detta.

"Æh, halló, ég heiti Paul og ég hringi frá London í Englandi. Mig langar að tala við Ezekiel Dickens, vinsamlegast."

"Ég er frændi hans, má ég spyrja hvað þetta snýst um?" Sam gekk niður ganginn að herbergi E-Z.

Þrírnir voru að horfa á kvikmynd á nýja flatskjársjónvarpinu. Sam tók upp fjarstýringuna og ýtti á hljóðláta hnappinn. Síðan setti hann símann sinn á hátalara.

"Til að vera hreinskilinn, þá veit ég það ekki alveg," sagði Paul. "Það er ekki ég sem vill tala við hann, það er, já, það er..."

"Ég." Ný rödd tók við í símanum. Rödd ungs manns.

"Og hver ert þú?" spurði Sam.

"Ég heiti Charles Dickens."

Sam rétti símann til frænda síns. "Hann segir að hann heiti Charles Dickens."

"Ég sagði þér að eitthvað skrýtið myndi gerast í dag," sagði Alfred.

"Ég líka," sagði Lia, "en ég vissi ekki að það myndi hafa með Charles Dickens að gera!"

E-Z hikstaði áður en hann sagði: "Hér er E-Z Dickens, eh, herra, eh, Charles. Hvernig get ég aðstoðað?"

Charles hló. Það var kvíðahlátur. Hann vissi ekki hvað hann ætti að segja. Hann hafði aldrei áður talað við einhvern sem var hinum megin á hnöttinum.

"Ég kom aftur," blikkaði hann út. "Til að finna ykkur. John og Paul, vinir mínir, eru (hann lagði höndina yfir símann) – málmskoðarar..."

E-Z hafði ekki heyrt hugtakið "málmskoðarar" áður.

"Þeir nota tæki til að finna hluti," sagði Alfred.

Paul tók við. "Eitthvað lenti í ánni. Charles Dickens var í því. Tvær ljósgeislur, ein græn og ein gul, sögðu okkur að Charles þyrfti að komast í samband við E-Z Dickens."

"Hvaða konar hlutur?" spurði E-Z. "Var hann eins og geymsluílát?"

"John hér," sagði nýtt raddir. "Nei, það var teningur. Speglaður teningur."

E-Z lagði höndina yfir símann sinn, "Hljómar ekki eins og ein af þessum síló-hlutum."

"Sendu englir ykkur?" blikkaði Lia. "Ég heiti Lia, að auki, og hitt raddbandið sem þið heyrðuð var Alfred. Við erum hér saman með E-Z og Sam."

"Gaman að kynnast ykkur öllum," sagði Charles.

"Hversu gömul ert þú?" spurði E-Z.

"Ég held að ég sé um tíu ára. Er það satt að við séum frændur?"

"Já," sagði E-Z, "og frændi Sam er líka frændi þinn."

"Við erum tengdir gegnum rúm og tíma," sagði Charles.

"E-Z er líka rithöfundur," sagði Sam.

E-Z hörfaði saman og kinnarnar brennheitir.

Sam hnippti í frænda sinn með olnboganum til að koma honum aftur í raunveruleikann.

"Þetta er mikið til að melta, herra Dickens, eh, ég meina Charles. Við þurfum að skipuleggja hvernig við fáum þig hingað, annaðhvort það eða ég get komið til þín. Geturðu dvalið hjá John og Paul í smá tíma og við höfum samband aftur þegar við höfum ákveðið hvað við gerum?"

Paul sagði: "Já, mamma segir að Charles sé alls ekki vandræðalaus. Hann getur dvalið hjá okkur eins lengi og hann vill."

"Ég hringi í þig seinna," sagði E-Z.

Símtalinu var slitið.

"Ó, að því sögðu," sagði Sam, "var ekkert gagnlegt á harða disknum hjá Arden. Fyrir utan að staðfesta að þeir væru saman á netinu að spila skotleik fyrir marga spilara."

"Gott að vita," sagði E-Z, það hafði hann þegar komist að sjálfur.

KAFLI 21

Áætlunin og Rosalie

Á HERBERGI HANS RÆDDU E-Z, Lia, Alfred og frændi Sam samtalið sem þeir höfðu átt.

"Ég get ekki trúað því að hinn raunverulegi Charles Dickens hafi hringt í okkur," sagði Sam.

"Já, en það sem ég skil ekki er af hverju hann er hér. Og hvað hann kom hingað í," sagði E-Z. "Ég meina, hann er tíu ára gamall – heldur hann. Og ferðamáti hans hljómar skrítinn, speglaður ferningur. Hvað í ósköpunum snýst þetta allt um?"

"Þetta hljómar ekki eins og geimskip," sagði Alfred, "ekki að við vitum hvernig eitt slíkt liti út."

"Bíddu nú við!" sagði Lia.

E-Z leit á hana. "Ertu að hugsa það sem ég er að hugsa?"

Hún kinkaði kolli.

"HVAÐ?" spurði Alfred.

"Manstu þegar æðstu englunum kölluðu okkur til sín til að segja okkur að einn okkar þyrfti að deyja?" spurði Lia.

Alfred og E-Z kinkaðu kolli.

"Hugsaðu um ílátið. Eins og þú sért komin aftur í það og manst eftir hlutunum sem við fundum. Pappírana sem við fundum?"

"Ég sé hvað þú ert að stefna að. Þú meinar upplýsingarnar úr öðrum heimi. Um líf okkar í öðrum víddum?" spurði E-Z.

"Nákvæmlega," sagði Lia.

Alfred hoppaði upp og niður á rúminu.

"Hvað?" spurði Sam.

E-Z útskýrði eins vel og hann gat.

"Svo, leyfðu mér að ganga úr skugga um að ég skilji þetta rétt," sagði Sam. "Við erum öll með líf sem gengur fyrir sig einhvers staðar annars staðar en hér. Ég meina á jörðinni. Það eru aðrar útgáfur af okkur sem lifa lífi aðskildu frá okkar lífi. Á öðrum tímum, í öðrum rýmum, í öðrum víddum"

"Það er rétt," sagði E-Z.

"Getum við þá breytt lífi okkar?" spurði Sam. "Ég meina, breytt útkomunni? Getum við komið í veg fyrir að hræðilegar hlutir gerist?"

"Ég held ekki," sagði Lia. "En ég veit ekki hversu mikið þeir vilja að við vitum um hin víddirnar. En af því sem Eriel sagði okkur, þá erum við miðpunkturinn. Allt annað sem gerist snýst í kringum okkur og lífin sem við lifum núna."

"Svo," sagði Alfred, "að Charles Dickens sé hér hlýtur að hafa eitthvað með Eriel og hina að gera."

"Já, það er það sem ég er líka að hugsa," sagði E-Z. "En af hverju núna? Prófanirnar eru búnar. Þetta var þeirra val. En samt virðast þeir ekki geta látið mig í friði."

"Að koma Charles Dickens aftur. Og tíu ára gamla útgáfu af honum! Þetta er algjörlega út í hött fyrir mér," sagði Lia.

"Kannski þegar við hittum hann," sagði Sam, "mun allt verða skýrt."

"Ekki ef Eriel er í spilinu," sagði E-Z. "Ekkert er nokkurn tíma einfalt með hann."

"Það lítur út fyrir að ferð til London sé eina leiðin til að komast að því," sagði Sam.

"Mér finnst ég ekki hafa verið þar fyrir svo löngu."

"Já, það er auðvelt fyrir þig að fara. Allt sem þú þarft að gera er að snúa stólnum í rétta átt og þá ertu á staðnum," sagði Alfred. "En hjá mér krefst allt þetta vængjabrot mikillar orku, og vindurinn spilar inn í."

"Þú gætir hoppað í flugvél ef frændi Sam færi með þér," benti E-Z á. "Þú myndir bara þurfa að sitja í sætinu með hinum farþegunum og njóta ferðarinnar."

Alfred hneigði höfuðið.

"Ég er ekki að segja þetta til að láta þig líða illa. Ég er bara að minna þig á að við erum öll í sama báti."

"Ég skil það. Og takk."

"Allt í lagi, skulum nú snúa okkur aftur að málinu sem um ræðir," bætti E-Z við. Hann slökkti á sjónvarpinu.

Lia starði fram fyrir sig, eins og hún væri í dái. "Rosalie!" hrópaði hún.

"Hver?" spurði Alfred.

Lia hélt áfram að stara út í loftið.

"Er Lia í lagi?" spurði Sam. "Hún er varla að anda."

Lia stóð upp. "Ég þarf að segja ykkur eitthvað. Ég hef kynnst einhverjum, ekki persónulega heldur í huganum mínum. Hún er í huganum mínum og ég hef verið að tala við hana í nokkurn tíma. Hún bað mig um að segja ekkert – ennþá. Ég held að þetta gæti tengst þessu öllu saman um endurfæðingu Charles Dickens."

"Við hlustum," sagði E-Z og hallaði sér nær. "Hún heitir Rosalie. Hún býr á hjúkrunarheimili fyrir aldraða í Boston – og hún er ansi gömul. Hún er með heilabilun."

"Er það ekki sjúkdómurinn sem veldur minnisglötu?" spurði Alfred.

En um leið og Rosalie heyrði Lia nefna nafn sitt var hún flutt bæði í huga og líkama inn í herbergi E-Z. Hún svif yfir þeim og hlustaði vandlega á hvert einasta orð sem sagt var. Hún hreinsaði hálsinn til að athuga hvort þau gætu séð hana eða heyrt – en það gátu þau ekki. Hún óskaði þess að hún hefði tekið með sér glósubókina og pennann.

BINGÓ.

Bæði lentu í höndum hennar. Hún brosti og hóf að glosa.

"Átt þú við að þið tvö séuð að tengjast – með hjartaliti?" spurði Alfred. "Ég hélt að ég væri sá eini sem hefði hjartaliti?"

"Ég held að þetta sé ekki nákvæmlega ESP. Ekki á sama hátt og þið hafið það."

"Hvernig það?" spurði Alfred.

"Minningar Rosalie eru horfnar. A.m.k. flestar þeirra. Hún þekkir ekki einu sinni fjölskyldu sína þegar þau koma í heimsókn til hennar. Þau heimsækja hana ekki oft. Henni er sama þar sem henni líkar ekki við þau. En einhvern veginn urðum við tengd. Og hún vissi allt um okkur og kraftana okkar. Hún hefur passað upp á okkur, svona eins konar."

"Hvers vegna ertu að segja okkur þetta núna?" spurði E-Z.

"Vegna þess að hún sagði að það væri í lagi. Og hún nefndi líka Hvíta herbergið. Hún hefur verið þar ekki einu sinni, heldur tvisvar. Í fyrsta sinn var hún færð örugglega aftur í rúmið sitt – en ekki að þessu sinni. Hún segir að hún sé þar núna, og þeir láti hana ekki fara heim."

"Eins og þið báðar vitið hef ég verið í Hvítu herberginu," sagði hann. "Þetta er staðurinn þar sem æðstu englunum lofuðu mér fyrst að ég myndi fá að vera aftur með foreldrum mínum. Í raun og veru, þar sem þeir fengu mig til liðs við sig með prófunum."

Sam bætti við: "Eriel rændi mér til Hvíta herbergisins einu sinni. Það var ágætt, að minnsta kosti í fyrstu – þangað til hann leyfði mér ekki að fara."

"Já," sagði E-Z, "Eriel hefur engan smekk. Og þetta er frekar flottur staður. Þú færð allt sem þú biður um með því að hugsa um það – eins og galdur. Og það eru bækur – bækur með vængi. En ég vil ekki fara of mikið út í smáatriðin hér – skulum einbeita okkur að Rosalie. Hvað er að gerast núna?"

Rosalie hló, hugsaði hún, hvað ef hún segði Liju að hún væri á tveimur stöðum í einu? Nei, það gæti hrætt þau. Hún spjallaði við Líu í huganum og sagði nokkrar hvítar lygar í leiðinni.

"Hún segir að hún sé að láta sem hún sé sofandi. Hún man eftir tveimur punktum, einum grænum og einum gulum, sem flutu fyrir framan augun á henni."

"Hadz og Reiki," sagði E-Z. "Segðu henni að hafa ekki óttast þá. Þeir eru hinir góðu."

Ah, Rosalie andvarpaði. Þá áttaði hún sig á að þetta gæti verið tækifærið sem hún hafði beðið eftir. Að segja Þríeykinu frá hinum. Hún hugsaði sig vel um og ákvað að tími væri kominn til að deila því sem hún vissi.

"Ó, bíddu, hún vill að ég segi ykkur eitthvað." Lia starði fram fyrir sig á meðan rödd Rosalie flæddi frá vörum hennar, "Það eru aðrir eins og þið, ég hef séð þá. Ég held að það sé ástæðan fyrir því að ég er hér. "

"Aðrir, eins og við?" hróuðu Lia, Alfred og E-Z.

"Ég er ekki viss um hversu mikið ég eigi að segja þeim um hin börnin hér í þessu herbergi. Hefurðu einhver ráð fyrir mig? Hvað á ég að segja? Munu þau meiða mig? Ef ég segi þeim frá hinum börnunum – munu þau meiða þau?" sagði Rosalie, í gegnum Lia.

"Nú er komið að þér, E-Z," sagði Lia sem sjálf.

"Hlustið fyrst á það sem þau hafa að segja," sagði E-Z. "Þau munu segja ykkur hvað þau vita nú þegar og þá getið þið ákveðið hversu mikið, ef eitthvað er, þau þurfa að vita meira."

"Góð ráð," sagði Alfred. "Vertu alltaf góður hlustandi. Sérstaklega þegar þig er haldið gegn vilja þínum á ókunnum stað."

Lia bauð fram: "Ég skal halda strákunum hér upplýstum, ef þú vilt að við verðum á línunni – svo að segja."

Rosalie talaði með munni Lia eins og hann væri sinn eigin: "Ég þarf að vera fullkomlega við vit... svo ég segi yfir og út að svo stöddu. Takk fyrir hjálpina þína og félaganna. Ég læt þig vita ef ég þarf á ykkur að halda á meðan ég er hér. Annars segi ég ykkur frá þegar ég er komin heim aftur, sem verður fljótlega því ég er að missa af kvöldmat. Í kvöld er kalkúnn, kartöflumús og smjörbaunir." Hún hikstaði. "Ó, og að öðru leyti, Lia, þá ertu í fallegum toppi."

BINGO.

"Takk," sagði Lia og horfði niður á stuttermabolinn sinn og velti fyrir sér hvernig Rosalie vissi hvað hún var í.

"Hvað?" spurði E-Z.

"Ó, ekkert," sagði Lia.

Aftur í Hvíta herberginu. Rosalie taldi að glósubókin hennar væri betur komin í skúffuna í náttborðinu hennar.

BINGÓ

Og þau voru horfin.

BINGÓ

Maturinn kom. Hann var alveg dásamlegur, en nú gat hún ekki hugsað um annað en þykkan jarðarberjaborgara.

BINGÓ.

Einn kom og með honum sneið af sítrónumeringupí.

Þá komu Eriel og Raphael.

"Ó, ó," sagði stiginn, þegar þeir flutu niður að henni og litu út eins og þeir væru klæddir fyrir hrekkjavöku.

"Er ég að dreyma? Eða dauð?" spurði Rosalie.

"Hvort heldur," svöruðu æðstu englunum.

KAFLI 22

Fundur

"Þú MÁTT ALVEG KLÁRA máltíðina þína," sagði Raphael.

"Já, við höfum ekkert betra við að gera," sagði Eriel.

Á meðan þær horfðu á hana borða átti Rosalie í erfiðleikum með að tyggja. Erfiðleikar með að smakka. Og henni fannst kalt. Hún kastaði auga til bókaskápanna, til stigarins. Hún hafði á tilfinningunni að þessir tveir ókunnugu væru að einhverju illu þegar hún lagði hnífinn og gaffalinn frá sér.

"Í fyrsta lagi," hóf Eriel, "verður þessi samræða að vera á milli okkar og engum öðrum."

Í huga sínum talaði hún við Líu. "Ertu þarna, barn? Ertu að hlusta?"

"...Útrýming."

"Mér þykir það leitt," sagði Rosalie, "en gætirðu byrjað aftur, ég meina frá byrjun? Ég er gömul og missti tökin á því sem þú varst að segja mér."

Eriel blés. Eins og lítill drengur sem hefði verið skömmuð breiddi hann út vængina og flaug burt. Þegar hann nálgaðist toppinn á bókasafninu krossaði hann armpana og beið. Beið eftir að Raphael myndi reyna.

Raphael hallaði sér nær Rosalie.

"Gleraugun þín eru virkilega flott," sagði Rosalie. "En þau láta mig líða svolítið sjóveika af öllu þessu blóði sem er að púlsa og fljóta um þar inni."

Eriel hló.Raphael tók gleraugun af sér og setti þau í vasana á svörtu kápunni sinni.

"Kæra Rosalie mín," hvíslaði Raphael, "vinsamlegast hunsaðu dónaskap fróðleiksvinar míns, en við erum í aðstæðum hér. Aðstæðum þar sem við þurfum ekki aðeins hjálp þína, heldur einnig hjálp E-Z, Lia, Alfred og hinna. Þú veist hverjum ég á við þegar ég nefni hina, ekki satt?"

Rosalie kinkaði kolli, án þess að segja neitt.

"Við erum teymi erkiengla og völd okkar eru takmörkuð. Það sem er að gerast um allan heiminn er að gerast með sálum."

"Átt þú við þegar fólk deyr?" spurði Rosalie.

"Einmitt."

"En er það ekki frekar ykkar svið en okkar? Þú hefur talað við Guð – hann þekkir þig, ekki satt? Og ef þú ert að reyna að laga alvarlega stöðu, af hverju ekki að spyrja hann beint?"

Þar sem Raphael og Eriel svöruðu ekki hélt Rosalie áfram.

"Svo sem ég best skil, þegar einstaklingur deyr, er líkami hans grafinn. Eða brenndur. Sálir þeirra – ef þær eru til – lifa áfram á öðrum stað."

Eriel var kominn framan í hana á innan við sekúndu, hvæsandi. "Það er rangt.

Raphael ýtti honum frá sér. "Þetta er flóknara en þú áttar þig á. Of flókið fyrir flesta menn til að skilja."

"Menn eru ansi snjallir," sagði Rosalie. "Við höfum farið til tunglsins, fundið upp flugvélina, internetið, eldinn. Ég er engin snillingur, og samt komstu með mig hingað til að sannfæra mig."

Eriel hló aftur.

Að þessu sinni gat Raphael ekki stillt sig og hún hró líka.

Og hró. Og hró.

Engin þeirra gat hætt.

Rosalie hunsaði þær. Hunsaði hvað var að gerast í kringum hana. Stigann sem kastaðist fram og aftur. Bækurnar sem poppuðu út og hurfu svo aftur inn. Það var svo mikill hávaði. Svo óþolandi hávaðasamt. Hún þráði kyrrðina í herberginu sínu aftur.

"Anne af Grænu gáttunum," hugsaði hún.

BINGÓ.

Bókin var í höndum hennar. Hún opnaði hana, fann bókamerki og las. Ef þeir þyrftu á hjálp hennar að halda, yrðu þeir að vinna fyrir henni. Nú þegar þeir höfðu móðgað hana og alla mannkynið, ætlaði hún ekki að gera þeim auðvelt fyrir komu.

"Frábært hjá þér," hvíslaði Lia í huga Rosalie. "Þú ræður. Og ég er hér með E-Z og Alfred og við höfum þig að baki."

Raphael og Eriel voru enn að hlæja. Úr böndunum. Hoppuðu hvor í annan í loftinu, eins og loftbelgir bundnir saman.

Þá mundi hún að sítrónumeringupígan hennar hafði ekki verið borðuð enn. Hún lagði bókina til hliðar, stakk gaffli sínum í kökuna og tók bit. Hún var fullkomin. Ekki of sæt né of súr, akkúrat eins og mamma hennar gerði hana. Hún tók annan gaffalfulla.

Yfir henni voru Eriel og Raphael að fíflast úr hlátri.

"Hættu þessu!" hrópaði Rosalie. "Þið eruð tveir dónalegustu, þreytandiustu verur sem ég hef nokkurn tíma kynnst. Og ég hef kynnst nokkrum ansi óþolandi mönnum á mínum dögum." Hún lagði gaffalinn frá sér. "Fékkstu ekki nokkra kurteisi kennt? Ekkert kurteisi?" Hún tók gaffalinn upp aftur og benti í áttina til þeirra.

Eriel flaug niður. Hann var kominn að Rosalie á innan við sekúndu, með opinn munn. Hún stakk gaffalnum í sítrónukremmet, og setti hann síðan beint í munn æðstangelda.

"Æææææ!" hrópaði hann og spúði því út eins og hún hefði gefið honum arsenik.

"Móðir kenndi mér alltaf að deila," sagði hún með smáglotti.

Litbrigði Eriels breyttist úr svörtu í grænt. Eftir að hafa uppkastað hvarf hann í gegnum vegginn.

"Ég held að hann sé ekki hrifinn af böku?" sagði Rosalie.

Lia var að hlæja í huga Rosalie.

Raphael tók gleraugun úr vasanum á kápunni sinni, þrífði þau og setti aftur fyrir augun á sér. Hún settist hjá Rosalie. Hún var svo nálægt að hún sat nánast í kjöltu hennar.

Langaugða Rosalie.

"VIÐ VITUM AÐ ÞAÐ ERU AÐRIR OG VIÐ VERÐUM AÐ VITA HVERJIR ÞEIR ERU OG HVAÐA STAÐA ÞEIR ERU Á - NÚNA!"

Þegar hún talaði vræmdi andlit Raphael og breyttist í óþekkjanlegt fyrirbæri.

Hár Rosalie stóð á enda. Líkaminn hennar skalf.

"Ókurteisir fá aldrei það sem þeir biðja um og þú, elskan mín, ert mjög ókurteis. Og vinkona þín líka," hvíslaði Rosalie.

Rosalie sneri aftur til sjálfrar sín eins og hún hafði verið áður.

En að þessu sinni hafði tónn erkienglsins breyst. Og rödd hennar var seigfljótandi þegar hún sagði:

"Ég ætla að fara í gegnum þessa vegg og hitta Eriel.

Eftir fimm mínútur komum við aftur og byrjum upp á nýtt. Við þurfum hjálp þína – þú hefur rétt fyrir þér – og við erum ekki að biðja um hana eins og við ættum að gera." Síðan til konunnar í veggnum: "Stilla tímamælinn á fimm mínútur." Svo aftur til Rosalie: "Þegar tímamælirinn hringir, komum við aftur og byrjum upp á nýtt." Eins og lofað hafði verið hreyfði Rafael sig að veggnum og hvarf í gegnum hann.

Klukkan í veggnum tikkaði hátt. Hún virtist óviðeigandi. Jafnvel of hávær fyrir bókasafnið.

"Þetta er mjög pirrandi!" sagði stigarinn og færðist nær.

"Mér þykir leitt allt þetta amstur," sagði Rosalie. "Að ég sé hér hefur valdið ykkur engu nema ringulreið."

"Okkur líkar þú," sagði stigarinn. "Af hverju hreyfirðu þig ekki aðeins? Það mun gera þér gott."

Rosalie stóð, og bjóst við að hún myndi finna fyrir þreytu eftir að hafa borðað svo stóran mat. Í staðinn var hún orkufull. Sérstaklega í fótunum. Þeir fundust eins og hún væri tíu ára gömul aftur. Hún gerði hoppspori. Alveg æðislegt!

"Og nú," sagði Rosalie, "fyrir næstu galdraaðgerð. Hin mikla amma mun reyna ekki einn, ekki tvo, heldur þrjá samfellda hringlaga hopp," – sem hún gerði. "Takk, takk!" sagði hún, beygði sig og veifði eins og hún hefði unnið gullverðlaun á Ólympíuleikunum.

BRRRIIIING.

Tíminn rann út. Eriel og Raphael komu.

Aðalenglarnir voru klæddir ólíkt. Eins og þeir væru að fara á tvær mismunandi veislur.

Eriel var í dökkum, röndóttum jakkafötum, hvítum skyrtu og slíðri.

Raphael var í rauðum, múmúlíkum kjóli sem huldi allan líkamann frá hálsi til táar.

"Mér finnst ég vera illa klædd," sagði Rosalie.

BINGÓ.

Hún var nú í glæsilegasta kjólnum sínum. Það var sá kjóll sem hún hafði sagt að hún vildi klæðast eftir dauðann.

Hún féll í stólinn, augun horfðu upp. Og æðstu englunum svifu að henni. Vængir þeirra hreyfðust, eins og fiðrildavængir, þegar þau nálguðust hana með náð og fegurð. Augun fylltust tárum.

"Hvernig get ég hjálpað ykkur, mínir kæru?" spurði Rosalie.

Það var eins og þau hefðu vald yfir henni núna, vald sem hún vildi ekki sigra. Hún féll til jarðar og settist á hné fyrir framan hina tvo erkiengla. Rafael snerti hana á hægra öxlina og Eriel snerti hana á vinstri öxlina.

"Segðu okkur það sem við þurfum að vita," hvæskuðu þau.

"Hinir eru dreifðir," sagði hún, og féll svo til jarðar eins og strengjalaus marionetta.

"Hún er of gömul fyrir þetta," sagði Eriel. "Ef hún deyr, mun hún ekki nýtast okkur."

"Haltu áfram, þetta er að virka."

POP.

POP.

Hadz og Reiki birtust, hvor um sig hvíslaði í eyru Rosalie. Þau hjálpuðu henni á fætur.

"Farið héðan, þið tveir innrásarmenn!" hrópaði Eriel með sprengihljómi,

Rosalie vaknaði úr dái sem þau höfðu sett hana í.

"Farið ykkur burt!" hrópaði Raphael og enginn POP-hljóð heyrðist, heldur var eina hljóðið sem heyrðist

SPLAT.

Rosalie lagði hendur á mjöðm, "Ég vona að þið hafið ekki meitt þessi tvö elskur. Reyndar, ef þið viljið að ég íhugi að hjálpa ykkur, þá ættuð þið að koma þeim hingað NÚNA svo ég geti séð að þeim líði vel. Ég neita að segja ykkur neitt meira fyrr en þið komið þeim aftur." Hún fór yfir gólfið, settist með bakið að hinni hvítu vegg, lokaði augunum og beið. Hún hafði allan daginn, alla vikuna, allt árið. Hún var ekki að flýta sér neitt.

POP.

POP.

"Takk," sögðu Hadz og Reiki, á meðan þeir sátu á öxlum Rosalie.

"Við erum að klúðra þessu," sagði Raphael. Síðan við Hadz og Reiki, "Þið þekkið ástandið sem jörðin er í, getið þið hjálpað okkur að fá aðstoð þessa manns?"

Reiki sagði: "Við vitum að staðan er alvarleg! Ef þið hefðuð ekki brotið gegn samningnum við E-Z, Lia og Alfred, væru þeir þegar komnir um borð. Rosalie treystir hvorugu ykkar."

Hadz sagði: "Og þið hafið ekki verið hreinskilin við hana."

Reiki sagði: "Hjá mönnum eru traust og heiðarleiki allt."

Eriel þeyttist á þá.

Raphael hélt henni aftur áður en hún sagði: "Villa hefur orðið, af okkar völdum, og þessi villa hefur orsök og afleiðingu. Við erum að reyna að bjarga jörðinni frá aukaskemmdum. Eini vegurinn sem við getum gert það er að kalla á þá sem hafa verið veittir kraftar, yfirnáttúrulegir, ofurhetjukraftar. Án þeirra mun mannkynið mistakast – og það verður okkar að kenna."

Rosalie stóð upp. Hún kastaði auga til hinna tveggja litlu veru sem sátu á hvorri öxl hennar. "Get ég treyst þessum tveimur?"

"Raphael er áreiðanlegur," sagði Hadz.

"En við erum ekki viss um hann," sagði Reiki.

POP.

POP.

Þær hurfu báðar af ótta við að Eriel myndi senda þær aftur í námurnar.

Eriel reis hærra og hærra, og hvarf síðan í gegnum loftið.

Rosalie breytti um umræðuefni. "Á meðan ég hugsa þetta, geturðu útskýrt hvað þetta er fyrir stað? Ég kalla hann Hvíta herbergið, en er það rétta nafnið – og af hverju birtist það alltaf þegar ég óska mér eitthvað? Kannski kallast hann Töfraherbergið?" Á þeim augnabliki hugsaði Rosalie til E-Z, engilsins/stráksins í hjólastólnum.

ACK.

E-Z kom.

"Vá!" sagði hann, þegar hann áttaði sig á að hann hafði gengið til liðs við Rosalie í Hvíta herberginu. Hann hugsaði um sólgleraugun sín og

PRESTO

Þau voru komin á augun á honum. Hann gekk um herbergið, að venja sig aftur við fæturna og gólfið. Síðan rétti hann fram höndina og sagði: "Þú hlýtur að vera Rosalie."

"Og þú hlýtur að vera E-Z," sagði hún, "án hjólastólsins þíns. Þetta stað er sannarlega töfrandi!"

"Og, halló, Rafael."

"Velkominn, E-Z," sagði Rafael. Síðan við Rosalie, "Jæja, svo mikið um leyndarmál – þetta átti að vera trúnaðarmál. "Allar loforð sem hún gefur þér mun hún brjóta. Hún er ómöguleg að standa við orð sitt – og Eriel er enn verri, eins og Ophaniel – og þú hefur ekki einu sinni hitt hana enn. En samt, svo þú vitir það, þá eru þau öll hreint út sagt lygari."

"Það komst ég að sjálf," játaði Rosalie. "Og hann fór, Eriel hagar sér eins og dekrað barn."

"Mig hefði langað til að sjá það," sagði E-Z. "Þetta hljómar mjög ó-Eriel-lega, en maður, það hefði verið æðislegt að sjá."

"Nóg komið af kurteisninni," sagði Raphael. "Ég hef víst engan annan kost en að útskýra stöðuna fyrir ykkur líka." Hún sparkaði fótunum og vængirnir lögðust niður að hliðum hennar í gremju. Hún sneri sér að E-Z og Rosalie. "Heimurinn þarfnast björgunar vegna mistaka af okkar hálfu. Vilið þið og hinir hjálpa okkur að leiðrétta málið – ég meina bjarga jörðinni, eða ekki?"

Rosalie og E-Z litu hvor á aðra.

"Þú mátt tala," sagði hún. "Ég styð hvað sem þú ákveður."

E-Z svaraði ekki strax.

"Ef þið segið mér allt, mun ég koma því til hinna, og við munum kjósa. Við erum lýðræðislegur hópur."

"Hversu lengi mun ÞAÐ taka?" hvæsti Raphael. "Og hvernig ætlið þið að láta mig vita aftur? Á ég kannski að halda Rosalie hér sem fanga þar til þið komist að því? Mun tuttugu og fjögurra klukkustunda tími duga? " sagði Rosalie. "Mér finnst ekkert mál að dvelja á þessu herbergi. Það eru nóg af bókum til að lesa og ég get pantað hvað sem ég vil. Mun áhugaverðara og spennandi en að vera heima."

E-Z kinkaði kolli. Hann sagði við Rosalie: "Takk fyrir og þú hefur rétt fyrir þér, þetta herbergi er nokkuð sérstakt. Þú munt vera örugg hér." Síðan sneri hann sér að Raphael: "Rosalie verður ekki fangi ykkar, í raun og veru verður hún gestur ykkar." Bók flaug af hillunni og lenti í hendi hans. Það var Harry Potter og viskubókin.

"Mig langar að lesa hana," sagði Rosalie. Bókin flaug úr hendi E-Z og flaug að Rosalie. Hún tók hana, opnaði hana og hóf strax að lesa.

"Rosalie verður gestur okkar," sagði Raphael. "Fjögur og tuttugu tímar þá?"

"Fjögur og tuttugu tímar," samþykkti E-Z.

"Bíddu!" hrópaði rödd. Rödd án líkama. Rödd sem endurómaði aftur og aftur. Þangað til bók losnaði af hillu fyrir ofan. Hún féll á gólfið, þar til vængir hennar sprettur fram og björguðu henni frá því að brotna í bak.

Raphael leit hissa út af röddinni. Hún reyndi að hörfa til baka, en eitthvað hélt henni aftur.

Rosalie og E-Z biðu og hlustuðu.

"Raphael hefur ekki sagt ykkur allt," sagði dynjandi röddin.

Það var eins og loftið titraði með hverri atkvæðishljómi, en á góðan, blíðan og mildan hátt, ekki á skelfilegan, heimsenda hátt.

"Segðu okkur frá," sagði E-Z.

"Aðeins hljóðari," lagði Rosalie til. "Ég er gömul, en ekki heyrnalaus, veistu!"

"Fyrirgefðu," sagði röddin. Hann hnerraði. Svo hvíslaði hann: "E-Z Dickens, manstu eftir þeim valkostum sem við gáfum þér? Tveimur valkostunum?"

E-Z mundi þau nógu vel. Annað var að vera áfram í geymslunni að eilífu. Minningarnar um fjölskyldu hans endurtekið í hring. Hitt var að snúa aftur til lífs síns hjá frænda Sam.

"Já."

"Segðu mér hvað þú manst um valkostina?" spurði röddin.

"Þeir sögðu að ég gæti dvalið áfram í ílátinu og endurupplifað minningar um fjölskyldu mína í hring eða snúið aftur til lífs míns hjá frænda Sam."

"Og sálaveiðarinn? Hvað með hann?"

"Ekkert," játaði E-Z og hnippti öxlunum.

Röddin ógnaði – eins og það að tala núna væri að valda henni sársauka. hillurnar nötraðu og hlutir PÓPPUÐU til og frá í loftinu handahófskennt. Fyrst kom risastór gúrkur. Græni hluturinn snerist til hægri, svo til vinstri, og hvarf svo.

Næst birtist speglabolti fyrir ofan þá. Hann breytti um lit þegar hann snerist. Þegar hann var að snúast of hratt óttuðust þeir að hann myndi hrapa á þá. Þeir hreyfðu sig til að leita skjóls en áður en þeir náðu því, hvarf boltinn.

Næst birtist höfuð klovn. Það fljóti fyrir framan þá og sagði: "Hvað er svart og hvítt og svart og hvítt, og svart og hvítt og svart og hvítt?"

"Nóg komið!" hvæskti röddin.

"Mér þykir það leitt," sagði Raphael.

"Þú ættir!" hvæskti fyrsta röddin. Síðan, hægari, blíðari og mjúkari, sagði hann: "E-Z og lið hans þurfa að vita allt um sálaveiðimenn. Annars munu þeir ekki skilja flækjustigið við brotið."

Röddin þagði í nokkrar sekúndur, svo hélt áfram: "Sálaveiðir grípur sálir þegar mannslíkaminn deyr. Hann er endalaus hvíldarstaður. Allir menn og öll dýr hafa skip til að fara til. Það sem þú kallaðir siló er sálaveiðir. Hvíldarstaður að eilífu."

"Allt í lagi," sagði E-Z. "Svo, hvað hefur þetta með heimsendi að gera?"

"Ég vil sjá Sálaveiðara minn," sagði Rosalie.

"Ef þú og vinir þínir gerið EKKI EITTHVAÐ, mun enginn eiga Sálaveiðara. Þegar líkami þinn deyr, munt þú DÁIN. Þetta er það.

Endi málsins. Sál þín og sálir allra annarra munu eiga engan stað til að fara og þegar sál á engan stað til að fara, þá er enginn tilgangur. Engin ástæða til að hún sé til lengur. Og án sála eru menn ekki annað en kjötsvitur."

"Bíddu nú við," sagði E-Z. "Ertu að segja að sá sem ber ábyrgð á Soul Catchers, hvað sem þú kallar þá – forstjóri, stjórnandi, þú skilur pointenn. Ertu að segja að þeir hafi verið spilltir?"

Raphael opnaði munninn til að svara en E-Z var ekki búinn að tala ennþá.

"Hvernig virkar þessi Soul Catcher-græja eiginlega? Ég hef verið kölluð til mín nokkrum sinnum, og ég er ekki einu sinni DAUÐ. Ertu að segja að þessi, hvað sem þeir eru, geti nú þvingað mig inn í Soul Catcherinn minn hvenær sem þeim sýnist?" Hann hikstaði, "Og hvað veistu um Charles Dickens? Hann kom í spegluðu íláti, svo ekki Soul Catcher. Hvernig kom sál hans frá einum stað til annars? Er endurreisn hans á ykkar, erkiengilanna, ábyrgð?"

Rafael beið til að sjá hvort hann hefði fleiri spurningar.

Það hafði hann.

"Og hvað með tvo bestu vini mína, PJ og Arden. Hvernig koma þeir við? Þeir eru báðir í dái. Ég vil fá þá aftur. Mun það að hjálpa ykkur hjálpa þeim?"

Röddin í veggnum þrumaði til svars.

"Enginn rekur Sálaveiðara. Þetta er ekki eins og fyrirtæki stofnað til hagnaðar. Þegar einhver deyr er sál hans fangað og hún býr í úthlutuðum sálaveiðimanni."

"Ég skil þetta ekki," sagði E-Z. Síðan: "Bíddu nú við, hefur einhver eða eitthvað tekið yfir Sálaveiðimennina? Og ef svarið er já, þá mun ég örugglega þurfa fleiri upplýsingar um hverjir þeir eru áður en við blöndum okkur í málið. Ef þið æðstu englirnir getið ekki sigrað þá, hvernig ætlið þið þá að við getum það?"

Röddin í veggnum sagði við Rafael: "Jæja, Eriel hafði rangt fyrir sér þegar hann sagði að þessi drengur væri eins þykkur og múrsteinn. Hann skildi þetta í einum rykki. Vel gert, E-Z."

"Æh, takk, held ég," sagði hann. "En hvað nákvæmlega gerði ég rétt?"

Röddin hélt áfram. "Þrjár guðdísir hafa nefnilega numið sálaveiðarana á sitt vald."

E-Z opnaði munninn til að tala, en áður en hann komst að orði tók röddin aftur til máls.

"Charles Dickens kom ekki með sálaveiðimanni, eins og þú grunaðir. Blóðskyldir hafa völd yfir tíma og rúmi. Þú kallaðir hann. Hann kom til að hjálpa þér."

"Ég kallaði hann ekki!" sagði E-Z.

"En samt er hann kominn aftur, hann vissi nafn þitt og vildi hjálpa þér, er það ekki rétt?"

E-Z kinkaði kolli."Og varðandi síðustu spurningu þína, já, líf vina þinna er í hættu vegna þriggja gyðja."

"Gyðjur?" endurtók E-Z. "Eins og í grískri goðfræði? Eru þær raunverulegar? Ég hélt að þessar sögur væru allar skáldskapur."

"Þær byggja á sögulegum staðreyndum," sagði Rapháel.

"Við getum ekki tekist á við teymi goðfræðilegra gyðja!" hrópaði E-Z. "Við erum bara krakkar."

Áhættan er mun meiri ef þið gerið það ekki, því við höfum engan annan til að biðja um hjálp. Það er enginn Batman, enginn Spiderman, engir raunverulegir ofurhetjur. Einu hetjurnar eruð þið krakkar. Geturðu það? Munuð þið hjálpa? Við vitum að til að leysa þetta vandamál þurfum við fleiri, fólk á vettvangi. Menn með krafta geta unnið.

Þið getið sigrast á þessu, þessu. Þessum hlutum. Fyrst og fremst getið þið SÉÐ ÞAU. Við getum það ekki," sagði Raphael.

"Ég veit að þið þurfið hjálp, en ég sé ekki hvernig við getum bjargað deginum – ekki gegn voldugum gyðjum. Já, við höfum krafta, en hvað erum við eiginlega að takast á við? Hvað verður krafist af okkur? Hver eru hætturnar fyrir okkur? Ég meina, þið eruð þegar dáin – við erum það ekki. Ef við hjálpum – hver áhættan er?"

Hann hikstaði, og þegar enginn sagði neitt hélt hann áfram.

"Ef við samþykkjum, geturðu verndað frænda minn Sam, eiginkonu hans Samantha og ungabörnin? Geturðu tryggt að PJ og Arden lendi ekki dauðir í Soul Catchers? Og hvað er í boði fyrir okkur? Við værum jú að leggja líf okkar í hættu. Þú ert ekki mannleg svo þú hefur ekkert að tapa!"

Rosalie kvað upp úr: "E-Z, ég sé ekki að þú hafir val. Þú hefur rétt fyrir þér, það verða áhættur og ég er ekki dáin enn – en ég er gömul – svo áhættan fyrir mig er ekki svo mikil. Að auki líkar mér hugmyndin um að þegar líf mitt endar, muni sálaveiðari bíða mín."

E-Z kinkaði kolli. "Ég skil það. Hugmyndin um að foreldrar mínir séu að flakka um. Eina. Heimilislaus. Án sálarveiðings. Jæja, mér verður illt í maganum af þessu. Ég verð svo reiður að mig langar til að spúa. En ég þarf samt að tala við hina," endurtók E-Z og krossaði fæturna. Það var svo gott að geta gert einfaldar hreyfingar eins og að krossa fæturna.

"Þú ert að verða ansi góður ræðumaður," sagði Lia við hann í huga hans.

"Æ, takk," svaraði hann.

"Jæja, þá skaltu halda áfram," sagði röddin. "Fjögur og tuttugu tíma. Á meðan mun Rosalie dvelja hér hjá okkur."

"Sem gestur okkar," undirstrikaði E-Z.

"Mér mun líða vel," sagði Rosalie. "Og ég mun halda sambandi með því að spjalla við Líu. Líu og mér finnst gaman að spjalla."

Hann kinkaði kolli. Með Líu, í gegnum Líu. E-Z vissi ekki hvað þau vissu og hvað þau vissu ekki – en hann ætlaði ekki að gefa þeim neitt sem þau áttu ekki þegar.

"Við sjáumst fljótlega," sagði hann og veifði til kveðju.

Þá var hann aftur kominn í hjólastólinn sinn. Hann var augliti til auglitis við vini sína. En hvernig gat hann sagt þeim það? Hvernig gat hann útskýrt það?

Að lokum ákvað hann að það besta væri að láta allt út úr sér. Og það er einmitt það sem hann gerði.

KAFLI 23

BREYTTINGAR

Þ ó að FRÉTTIRNAR FRÁ E-Z væru ekki þær sem þau höfðu búist við að heyra, höfðu bæði Alfred og Lia mikið að segja til svara.

"Þau hafa þor!" hrópaði Alfred. "Eftir það sem þau gerðu við okkur. Ég meina, að lofa einu og svo brjóta loforðin og breyta áætluninni. Ég treysti engum þeirra, svo langt sem ég get kastað þeim."

"Þetta er gífurlegt, og það snýst um ástvini okkar sem hafa dáið," sagði E-Z.

"Hvernig það?" spurði Sam.

"Ég veit ekki smáatriðin. Allt sem ég veit er að þetta snýst um þrjár illar gyðjur sem ætla sér að ræna og stjórna öllum sálaveiðimönnunum."

"Þetta er brjálæði!" sagði Lia. "Af hverju myndu þau vilja þau? Af hverju að fara í allt þetta veseni? Hvað græða þau á þessu?"

"Bíddu," sagði E-Z. "Ég skal segja þér allt sem þau sögðu mér. Mundu að þau vita það ekki með vissu heldur.

"Allavega, hér fer það. Þær eru goðsagnakenndar gyðjur sem hafa verið endurvaktar. Markmið þeirra er að stjórna Sálaveiðimönnunum - með hvaða ráðum sem er.

"Og leiðin sem þær hafa valið til að gera það er að drepa fólk. Fólk sem átti ekki að deyja! Og svo setja þær það í sálaveiðimenn sem þær hafa rænt. Frá fólki sem þarf á þeim að halda. Svo sálir þeirra eiga engan stað til að fara."

"Ég skil þetta samt ekki," sagði Lia.

"Hugsaðu um þetta svona. Lia, þú, Alfred og ég höfum þegar verið í sálaveiðimönnum okkar. Fáum er hleypt þangað inn áður en þeir deyja. Ég meina, hver myndi vilja það?"

"Samþykkt," sagði Alfred.

"Ég líka," sagði Lia.

"En hvað ef ég segði þér núna að sálargripinn þinn hafi verið fylltur af einhverjum öðrum – og sé því ekki lengur þinn?"

"Menn vita ekki einu sinni af sálagripunum!" hrópaði Alfred. "Flestir halda að sálir þeirra fari til himnaríkis (eða ef þær eru vondar, til helvítis). Ef þeir vissu það, myndu þeir verða reiðir út í það. En það gera þeir ekki."

"Já, maður getur ekki saknað einhvers sem maður veit ekkert um," sagði Sam. "Nema maður geti barist fyrir einhverju sem maður veit ekkert um."

"Þeir sögðu mér að sálir foreldra minna gætu verið að flakka um núna, heimilislausar. Það kom mér mjög hart niður."

"Og það er einmitt ástæðan fyrir því að þau sögðu þér það!" sagði Sam. "Þetta er hreinn leikur með tilfinningar."

"Nei, þetta er tilfinningalegt kúgunarafl," sagði Alfred. "En ég skil af hverju þau sögðu þetta. Ef þau hefðu sagt mér hið sama um fjölskyldu mína, myndi ég vilja taka þátt. Ég vil berjast gegn þessum gyðjum. Ef ég væri heitablær, myndi ég bregðast strax út frá tilfinningum mínum. En við þurfum að vera rökrétt hér. Við verðum að halda kælum höfði."

"Hverjar eru þessar gyðjur eiginlega? Hvað vitum við um þær?" spurði Lia.

"Og erum við viss um að erkienglarnir séu á réttri hlið í þessu?" spurði Sam.

"Þær sögðust hafa valdið þessu með mistökum af þeirra hálfu – en þær sögðu mér ekki nákvæmlega hvernig það gerðist né af hverju. Og þau voru ekki í skapi til að láta þrýsta á sig um upplýsingar – ekki meira en ég hafði þegar náð að fá út úr þeim. Að auki eiga þau Rosalie og tíminn okkar til að taka ákvörðun er að renna út."

"Nákvæmlega," sagði Lia. "En hvernig getum við tekið ákvörðun þegar við vitum ekki einu sinni hvað við erum að takast á við? Þau vita að við erum börn. Já, við höfum öll einstök völd – en duga þau?" Ef erkienglarnir ráða ekki við þessa stöðu sjálfir...af hverju vita þeir þá að við munum geta það?"

"Það get ég ekki sagt. Ég þrýsti á þá til að segja mér meira. Ef ekki væri fyrir röddina í veggnum – hefðu þeir ekki sagt mér eins mikið og ég komst að."

"Hvernig þora þeir að halda upplýsingum frá okkur!" hrópaði Alfred.

"Ég hef útskýrt það sem ég veit. Þær eru þrjár. Þær eru gyðjur – goðsagnaverur sem ég hélt að væru ekki raunverulegar."

"Við getum fundið allt sem við þurfum að vita til að vopna okkur gegn þeim á netinu," sagði Sam. "En það mun taka einhvern tíma." Hann hikstaði. "Hins vegar held ég ekki að okkur muni ganga vel að leita að upplýsingum um Soul Catchers."

"Ég hef þegar reynt og gat ekki fundið neitt."

"Hvenær heyrðir þú fyrst um þær?" spurði Sam.

"Raddan í veggnum gaf í skyn að mér hefði verið sagt frá þeim áður, en í hvert sinn sem ég reyni að muna er eins og veggur loki fyrir upplýsingarnar."

"Vá! Alveg sama gerist hjá mér," sagði Lia. "Þetta er svo skrýtið."

E-Z kastaði fljótlegu auga á tímann á símanum sínum. "Jæja, ég hef gefið ykkur öllum nóg til að hugsa um. Við höfum til morguns til að taka endanlega ákvörðun...en ég held að við höfum engan annan kost en að samþykkja að hjálpa þeim. Ég meina, ef við gerum það ekki, þá hver gerir það?"

"Ég var að hugsa það sama," sagði Alfred. "En mér líkar samt ekki hvernig þeir hafa farið að þessu."

"Ég líka," sagði Lia. "Ég er að fara að sofa. Góða nótt allir. Sjáumst á morgun." Hún lokaði hurðinni á eftir sér.

"Vantar þig eitthvað?" spurði Sam.

"Nei, mér líður vel. Góða nótt, frændi Sam."

"Góða nótt, E-Z. Ég verð að segja þér hversu stoltur ég er af þér og hversu stoltir foreldrar þínir væru."

"Takk."

"Og góða nótt, Alfred," sagði Sam þegar hann opnaði hurðina.

"Góða nótt," sagði Alfred, settist svo þægilega að með höfuðið undir vængnum og sofnaði brátt.

E-Z, sem gat ekki sofið, starði upp í loftið með hendurnar undir höfðinu. Hann gerði nokkrar sit-ups, sneri sér svo á hliðina í þeirri von um að sofna. Í staðinn tók hann eftir tveimur ljósum, einu grænu og einu gulu, sem flutu að honum.

"Ertu vakandi?" spurði Hadz.

"Nei," sagði E-Z með glott í röddinni og settist upp.

"Við eigum ekki að tala við þig," sagði Reiki, "en við verðum að tala við þig, svo þú þarft að giska á hvað við megum ekki segja þér."

"Giska? Alvarlega? Geturðu gefið mér vísbendingu...veistu, þrengt valkostina fyrir mig, jafnvel aðeins?"

Vóru-englarnir hvísluðu hvor við annan. Þeir virtust vera ósammála, því Hadz flaug til annars vegar í herberginu og Reiki til hins.

"K, ég er að fara að sofa. Þegar þið komist að því, getið þið sagt mér það á morgun."

Hann svimaði af syfju, en vaknaði svo. Hann var í stólnum sínum og svífandi um himininn. Hann festi öryggisbeltið sitt. "Hvað í ósköpunum?"

"Við ákváðum, þar sem við gátum ekki þrengt valkostina fyrir þig né sagt þér það sem þú þarft að vita til að taka upplýsta ákvörðun...að við myndum í staðinn SÝNA þér. Svo fylgdu okkur."

Þegar skýin þeyttust framhjá og hreina en köld nóttarloftið fyllti lungun hans, fann E-Z sig lifandi á ný eftir langan tíma. Á einhvern hátt saknaði hann þess að vera kallaður til prófrauna til að hjálpa og bjarga fólki sem var í vanda.

Frá því að hann hætti að vinna með Eriel hafði hann ekki fundið sig sem mikinn ofurhetju. Vissulega hafði hann bjargað ketti sem var fastur upp í tré. Og hann hafði komið í veg fyrir að hafnabolta myndi brjóta verðmætt litaglerkirkjuglugga.

En mestan hluta af daglegu lífi sínu hugsaði hann um framtíðina. Hann skipulegði að ljúka menntaskóla í sem bestri stöðu til að fá námsstyrk. Til bestu háskóla- eða háskólanáms sem hann gat komist inn í.

Frændi Sam og Samantha voru að undirbúa komu nýja barnsins. Þau héldu leyndu hvort barnið yrði strákur eða stelpa og engum var hleypt inn í nýja barnaherbergið. E-Z fannst skrýtið að vera fimmtán ára og vera að verða frændi, en hann hlakkaði til.

Og Lia stóð sig vel í skólanum, passaði inn þrátt fyrir að hún hefði stökkvið úr sjö ára aldri í tólf á tveimur skrefum á tiltölulega stuttum tíma. Það sem hafði elt hana virtist hafa stöðvast og nú virtist hún vera hrifin af PJ. Hún var greinilega að alast upp og hann brosti þegar hann hugsaði til þess hversu skipandi hún hafði orðið. Það minnti hann á Litlu Dorrit einhyrninginn. Þau höfðu ekki séð hana síðan í réttarhöldunum. Kannski höfðu erkienglarnir sent hana til að hjálpa Líu þegar þau voru öll tengd. Síðan kom frændi hans, Charles Dickens. Og PJ og Arden voru fastir í dái – og enginn vissi hvernig átti að vekja þá. Alfred hélt sér uppteknum við í kringum húsið. Frá því hann kom þurfti frændi Sam ekki að slá grasflötina jafnoft.

Hann rifjaði aftur upp þær tvær réttarhöld sem hann hafði fundið svipaðleika í. Annað var með stelpuna sem var klædd upp sem fjölleikjakarakter. Hitt var með drenginn sem hafði verið sagt að drepa E-Z til að bjarga lífi fjölskyldu sinnar. Þau tengdust. Eriel hafði rétt fyrir sér. Hann þurfti bara að komast að því nákvæmlega hvað það þýddi.

"Erum við nánast komnir þangað?" spurði hann og tók eftir hversu kalt var að verða. Þau voru á miklum hraða og nálguðust Death Valley þjóðgarðinn í Mojave-eyðimörkinni. Það var desember, einn kaldasti mánuður ársins í eyðimörkinni um nætur, og hann óskaði þess að hann hefði tekið með sér hettupeysuna. Það var svo dimmt að stjörnurnar virtust milljón sinnum bjartari. Eins og augu á himninum með varla fingurs breidd á milli þeirra, eða svo virtist.

Englarnir í þjálfun svöruðu ekki. Þeir lækkuðu nokkrar fet og flugu svo áfram á fullum hraða.

"Frábært!" sagði hann. "Látið mig vita þegar við ætlum að lenda. Ég vildi óska þess að ég hefði ferðasala til að segja mér hvað ég er að sjá."

"Notaðu símann þinn," hvísluðu Lia og Alfred. Síðan urðu þau þögul.

Þeir flugu áfram yfir Badwater Basin, lægsta stað Norður-Ameríku. Hann fékk nafnið vegna þess að vatnið er vont – þ.e. óætt vegna of mikils salts. En sum dýra- og plöntulíf getur þrifist á svæðinu, svo sem súraldin, skordýr og sniglar.

Þeir flugu sífellt dýpra inn í Dvalardalinn, á meðan E-Z fylgdist með landslaginu og reyndi að hugsa ekki um hversu þyrstur hann var.

"Erum við komnir þangað enn?" spurði hann aftur þegar svartur fugl flaug yfir höfuð hans og lét falla skítklessu áður en hann hélt áfram leiðar sinnar. "Velkominn í Dvalardalinn," sagði hann og þurrkaði hana af sér með bakhlið ermar sinnar. Hann flýtti sér áfram til að ná Hadz og Reiki.

KAFLI 24

Dauðadali, Bandaríkin

"FLÝTIÐ YKKUR!" SÖGÐU HADZ og Reiki. "Við erum nánast komnir til Rhyolite."

Hann þrýsti áfram og náði þeim. "Og hvað er eiginlega í Rhyolite?"

"Smá bakgrunnsupplýsingar," sagði Hadz. "Nema þú hafir heyrt um það áður?"

E-Z hrist höfuðið. Hann hafði lært um Grand Canyon í skólanum, aðallega um hvernig það myndaðist.

Hadz hélt áfram, "Rhyolite var einu sinni blómlegt þorp á gullhlaupinu árið 1904. Það entist þó ekki lengi, árið 1924 dó síðasti íbúinn og þorpið varð draugabær."

"Hvað þýðir orðið rhyólít?"

Reiki svaraði: "Það er súrt eldfjallagýgi – hraunmynd af graníti. Það var nefnt af jarðfræðingnum Ferdinand von Richthofen árið 1860. Uppruni nafnsins er grískur, úr orðinu rhyax sem þýðir hraunfljót."

"Svo bærinn fékk nafnið sitt eftir eldfjallagjögri vegna mikillar gullgrafar?" Hann hikstaði. "Ég held ég man eitthvað úr tíma um eldvirkni."

"Það er rétt," sagði Hadz. "Frá því fyrir tveimur milljónum ára."

"Jæja, þessi kennslustund er áhugaverð og allt – en ég hef enn enga hugmynd um hvers vegna við erum á leið til Rhyolite."

Reiki hleypti út úr sér: "Vegna þess að þar er höfuðstöðvar fráviklinganna."

"Þeir sem keppast um stjórn á Sálaveiðimönnunum."

"Hverjir eru þeir eiginlega, og hvernig getum við stöðvað þá? Með 'við' meina ég okkur, okkur þrjú. Því Eriel og Raphael hafa Rosalie, og að auki er tíminn að renna út. Þeir gáfu okkur aðeins tuttugu og fjögurra klukkustunda til að komast aftur til þeirra."

"Ssss," sagði Hadz. "Þeir hafa ótrúlega góða heyrn, og vindurinn gæti borið röddir okkar aftur til þeirra sem hvísli. Frá og með nú munum við aðeins tala með huganum."

E-Z spurði með huganum, "Hvað gerist ef þeir komast að því að við erum hér? Ég meina, munu þeir ekki sjá okkur?"

"Hadz og ég erum ekki mannverur, svo við sjáumst ekki á ratsjá þeirra. Þú ert hins vegar ekki, og þess vegna höfum við varið þig."

"Frábært! Það er ósýnilegur verndarskjöldur í kringum mig – það er hagnýt upplýsinga fyrir mig að vita."

Í fjarlægðinni sá hann Svörtu fjöllin. "Ég veðja að þegar sólin steikir hitann í þessi fjöll gæti maður steikt egg á þeim." Hann hikstaði, "Hvað með þann fugl sem skítfelldi á mig? Gætu illmennin hafa sent það út til að leita að okkur?"

Hadz og Reiki hristu höfuðið. "Við sáum fuglinn. Hann var nökkur – þekktur sem boðberi frá himnum."

"Allt í lagi, það er sanngjarnt. Ég hélt ekki að hann liti út eins og nökkur. Segðu mér hvað það er sem hefur tekið yfir sálaveiðimennina og hvað við verðum að gera til að sigra þá." Hann hikstaði. "Og hvað þetta hefur með endurfæðingu Charles Dickens sem ungur drengur að gera." Hann hikstaði aftur. "Einnig, mun Lia fá flutning? Mun einhyrningurinn Little Dorrit koma aftur ef/þegar við samþykkjum að hjálpa þér?" Þetta var mikið mál. Hann var þyrstur og óskaði þess að hann hefði tekið með sér flösku af vatni.

POP.

Einn birtist. Hann drakk það aftur eftir að hafa sagt "Takk," við engan sérstakan.

Reiki spurði: "Hefurðu nokkurn tíma heyrt um Erinyes?"

E-Z hrist höfuðið.

"Einnig þekktar sem Fúrinarnar," sagði Hadz.

"Ég hef enga hugmynd um hvað hvorugt er...en ég man óljóst eftir einhverju úr leik, kannski?"

"Þær eru sameiginlega þekktar sem Guðfrúr hefndarinnar."

"Segðu mér meira. Á hverjum hefna þau sín?"

"Jú, á allri mannkynið!" hvæskti Hadz.

"Vinir mínir og ég ræddum þetta fyrr. Flestir menn vita ekki af Sálaveiðimönnum. Flestir trúa því að við eigum sálir. Sálir sem fara annaðhvort til himnaríkis eða helvítis – allt eftir þeim vali sem við gerum í lífi okkar."

"Já, við erum meðvitaðir um þetta," sagði Hadz.

"Jæja, segðu mér þá," spurði E-Z. "Hvar er guð í öllu þessu? Guð eða Jesús, Allah, Búdda...hvað sem þið kallið hann. Hvar er hann?"

Hadz og Reiki horfðu fram fyrir sig án þess að svara.

"Allt í lagi, ég skil að þið getið ekki svarað þessari spurningu. Svarið mér þá þessari í staðinn. Af hverju refsa gyðjurnar mönnum með einhverju sem þeir eru ekki einu sinni meðvitaðir um? Ég skil að þær séu illar, en þetta hljómar engu að síður fáránlega."

"Börnin," sagði Hadz.

"Þær refsa þeim sem ekki er refsað. En..."

"Ah, ég beið eftir en... Haltu áfram."

"Fúrin misnota vald sitt. Þær ýta við mörkum. Þær beinast að saklausum. Saklausum börnum sem eru að spila leik."

"Bíddu, átt þú við að börn sem spila leiki séu refsuð fyrir hluti sem þau gera í leiknum? En leikur er ekki raunveruleiki! Hvernig geta þau verið refsuð í raunveruleikanum fyrir eitthvað sem er ekki raunverulegt?"

"Ég veit það, og þú veist það, en fyrir Fúrinum er allt eins. Ef þú drepur einhvern í leik, ferðu í gegnum sömu hugsunarferli og morðingi myndi. Það felur í sér að skipuleggja það, með ásetningi um að drepa og svo framkvæma það. Í sumum tilfellum eru fjöldamorð hluti af því. Og já, það er saklaust, og þeim er beðið um að gera þessi verk til að komast lengra í leiknum. Fyrir

Fúrinum eru börnin ósnertanleg og þau eru lögleg skotmörk þegar þau eru innan leiksins."

"Bíddu nú við!" hrópaði E-Z. "Hvað ertu eiginlega að segja hér? Ég held að ég skilji meginatriðin, hvernig Sálaveiðimennirnir koma við sögu, en hugmyndin er svo ill...ég vil ekki einu sinni hugsa hana, hvað þá að segja hana upphátt."

"Fúrin eru að hefna sín á leikmönnum. Þeim sem hafa syndgað í hjörtum sínum," sagði Reiki. "Þeir eiga ekki að deyja! Sálaveiðararnir þeirra eru ekki tilbúnir til að taka við sálum þeirra og svo..."

"Þau hafa engan stað til að fara," sagði Hadz.

"Og Fúrin eru að safna þeim saman hér, með því að búa til sinn eigin ættbálk sála. Þau geyma sálir barnanna í stolnum sálaveiðurum."

"Þetta er að skapa ringulreið," sagði Hadz.

"Svo þið krakkarnir verðið að hjálpa."

"Bíddu smá!" sagði E-Z. "Bíddu nú alveg í eina mínútu!"

KAFLI 25

Fjórir augu

"Ó, ó," HRÓPAÐI HADZ, á meðan dökkur skýjaþungi hreyfðist hratt yfir himininn og stefndi í átt að þeim.

"Þau geta ekki hafa brotist í gegnum varnarskjöldinn!" hrópaði Reiki.

E-Z leit yfir öxlina. Það sem hann sá var eitthvað svart sem var ekki ský. Því það var ormkennt. Með klofnu tungu sem sleikti loftið. Í stað tveggja augna hafði það ótal mörg. Of mörg til að telja. Hver og einn með blóð sem lak niður. Blóð og gulur, gufandi púður.

Tunga verunnar sveiflaðist frá hægri til vinstri og gaf frá sér svipandi hljóð, á meðan kjálkarnir opnuðust og lokuðust. Og úr hálsinum kom gnörlandi hljóð sem sveiflaðist á milli hvells og brums.

Með vindinn í bakið fyllti óþolandi lykt loftið og barst fljótlega til nös E-Z, Hadz og Reiki.

Ilmurinn var hinn versti. Verri en brennisteinn. Eða hræða egg. Vondari en rotinn frárennslisvökvi og hræir samanlagðir.

Þremenningarnir færðust ofar, svo þeir gætu séð framhjá hrygg sem þeir höfðu ekki tekið eftir áður. Handan hans voru silfurílát. Sálagildrur. Svo langt sem augað eygði.

"Svo mörg! Eru þau öll full af börnum? Ó, nei!" sagði E-Z með nefrómi þar sem hann var enn að stífa nefið. Hann gat þó ennþá fundið lyktina.

PTOOEY.

Þeir forðast úða af seigfljótandi gulu púri.

"Hvað í ósköpunum er þetta?" hvæskti E-Z.

Neðan frá sást risastórt auga. Það hafði verið lokað. Dulið.

PTOOEY.

PTOOEY.

PTOOEY.

"Ó nei!" hrópaði E-Z. "Augnvísir!"

Hún skaut á þá, skotandi heitu, klístraðu vökva.

"Bíddu!" hrópuðu Hadz og Reiki.

Hver um sig tók í eitt af eyrum E-Z.

"Áááá!" hrópaði hann.

PTOOEY.

E-Z forðaði sér undan þessum augnavísi, en hann skaut næstum því í hjólastólinn hans.PÆT.

POP.

POP.

E-Z var aftur kominn í rúmið sitt. Svitadropar runnu niður ennið á honum.

Á meðan hélt Alfred áfram að hnerra í enda rúmsins.

"Þetta var ansi nærri lúxusnesti!" sagði E-Z. "Brutu þeir gegnum varnarskjöldinn? Sáu þeir okkur? Vita þeir hver ég er, hvar ég bý?"

"Nei, við komumst út þaðan áður en þeir gátu komist í gegn," sagði Reiki.

"Kannski er þetta heimskuleg spurning, en af hverju poppaðirðu okkur ekki bara inn og út þaðan í fyrsta lagi, í stað þess að eyða tíma í að fljúga alla leið þangað – og setja líf okkar í hættu?"

"Við þurftum að SÝNA þér það."

"Fyrir orrustuna...Hvernig kalla þeir það nú..."

"Átt þú við að kanna svæðið?" spurði E-Z.

"Já, það er rétt. Við þurftum að sýna þér. Þú þurftir að sjá það með eigin augum. Allt saman. Hvað þú ert að takast á við," sagði Hadz.

"Við töldum að það sem þú myndir læra væri þess virði að taka áhættuna."

"Ég held að tíminn muni leiða í ljós," sagði E-Z.

"Fyrirgefðu ef við fórum of langt," sagði Hadz.

"Við vorum sannarlega að vinna að hagsmunum þínum."

"Ég veit að þið gerðuð það. Og ég er fegin að hafa séð Sálaveiðimennina. Hversu margir þeir voru – það kom mér virkilega á óvart."

"Já, það kom okkur líka á óvart. Og þú getur verið viss um að það kom æðstu englunum líka á óvart þegar þeir sáu það fyrst."

"Þið hefðuð ekki átt að segja það," sagði Reiki.

POP.

Hadz hvarf.

"Ó, nú er allt í lagi," sagði E-Z.

"Ekki hengja sig í því."

"Ég get enn ekki áttað mig á hvað Fúrinna græða á þessu? Hvert er endamarkmið þeirra? Hefur einhver komist að því enn?"

"Þær bæta við fleiri á hverjum einasta degi. Fleiri börn sem spila leiki og verða sogin inn í vef þeirra."

"En af hverju er enginn almannaátak? Ættum við ekki að vera að segja heimsleiðtogum, forsetum, forsætisráðherrum frá? Er ekkert sem þeir gætu gert?"

"Hugsaðu um það, hvað er það fyrsta sem þeir myndu gera? Þeir myndu senda inn herinn. Fleiri myndu deyja. Fleiri sálaveiðimenn yrðu krafðir áður en tími þeirra er kominn.

"Tölvuleikir, af því sem við höfum séð, eru alþjóðlegt fyrirbæri. Hin illu systur eru að taka sálir ógrunaðra barna."

"En flestir leiðtogarnir eiga eigin börn," sagði E-Z. "Vissulega, ef þeir vissu það, myndu þeir vilja vernda sín eigin börn og þá myndu þeir vilja vernda önnur börn líka."

"Frekar eins og Fúrin myndu einblína á börnin þeirra. Það væri eins og að dunda stöng fyrir framan þá," sagði Reiki.

POP.

Hadz var kominn aftur. Þær myndu elska það ef þær gætu eytt hinum miklu og voldugu börnunum. Akkurat núna virðist það sem þær eru að gera vera handahófskennt – valið innan leiksins," sagði Reiki.

"Segðu mér meira um það sem þú veist um þær," spurði E-Z.

Hadz hvíslaði, "Nöfn þeirra eru Allie, Meg og Tisi. Hefnd Allie er fyrir reiði, hefnd Meg er fyrir öfund og Tisi er þekkt sem hefnandinn."

"Allt í lagi, svo, af hverju lykta þeir svona illa? Og hvernig er hægt að sigra þær þrjár?" spurði E-Z og leit á úríð sitt. Klukkan var rétt að verða átta um morguninn. Hann þurfti að tala við restina af liðinu til að fá Rosalie til baka. Hvernig ætlaði hann að segja þeim frá þessum hræðilegu þremur og öllum krökkunum í þessum Sálagildrum?

"Goðsögnin segir að þær hafi verið refsaðar fyrir að sinna störfum sínum í fortíðinni. Nú hafa þeir fundið þessa glufu í sýndarveruleika, nýlegri mannlegri uppfinningu." Hadz hikstaði. "Af hverju vilja menn aldrei lifa lífi sínu í núinu? Af hverju verða þeir að flýja og spila heimskuleg leik sem ógna lífi þeirra? Vildarengillinn var roðinn í andliti og ákaflega reiður."

Reiki reyndi að hugga vin sinn og sagði: "Þeir vita ekki hvað þeir gera."

"Vanþekking er engin afsökun," sagði E-Z. "Við verðum að senda þá aftur þangað sem þeir voru áður en sýndarveruleikinn var fundinn upp. Og við þurfum að fá þá til að skila sálum barnanna sem þeir hafa tekið undir fölskum forsendum. Eina spurningin er: Hvernig eigum við að sannfæra þá um að þeir séu að gera rangt? Að þeir séu að stela lífum og refsa fólki fyrir hugsanir, ekki gjörðir?"

"Nú þegar ég hef fengið að skyggnast á Fúrinum –
veit ég að við verðum að hjálpa þér meira en nokkru
sinni fyrr. En ég þarf samt að sannfæra hina. Jafnvel
þótt þeir séu sammála, erum við samt að berjast á
móti öllum líkum. Ég vil vera bjartsýnn. Segjum að við
séum klár fyrir verkefninu. En við munum ekki vita það
með vissu fyrr en tíminn kemur til að berjast."

Hann sló koddann sinn og hélt honum í kjöltu sér.
"Bíddu nú við, dóu þau? Ég meina, komust Fúrinni
undan sínum eigin Sálaveiðimönnum? Og ef svo var,
hvernig? Hver hjálpaði þeim að komast út?"

Hadz horfði á Reiki og Reiki horfði á Hadz.

POP.

POP.

Þær voru horfnar.

"Frábært!" sagði E-Z. "Algjörlega stórkostlegt!"

KAFLI 26

Jafnvægi

Þó að hann reyndi að sofna gat E-Z það ekki. Hann hélt áfram að hugsa og spyrja sjálfan sig spurninga. Spurninga sem hann gat ekki svarað.

Svo steig hann úr rúminu, kveikti á tölvunni sinni og fór að grafa í gögnin.

Það leið ekki á löngu þar til hann fann gull. Þegar hann fann tengilinn: Fúrin og þrjár náðarguðgyðjurnar. Þær virtust vera eins og yin og yang hvor annarrar. Ein góð og ein ill. Hann velti fyrir sér hvort þau gætu nýtt sér þessar upplýsingar til hagsbóta. Ef illar guðdómur gætu verið kallaðar til jarðar, gætu góðar guðdómur einnig verið kallaðar aftur?

Fyrst, áður en hann lagði til að erkienglarnir kæmu þeim aftur – að því gefnu að þeir gætu það. Hann vildi vita nákvæmlega hvað Nímfurarnar myndu hafa fram að færa.

Já, þær voru gyðjur. Dætur Zews, sem var guð himinsins. Kraftar þeirra beindust að heillandi gjafir, fegurð og sköpunarkrafti. Hann las áfram, en sá ekki hvernig þær gætu verið mikill hjálp gegn Fúrinum.

Hann hafði þó nokkurn tíma og hélt áfram að lesa. Hann las texta sem var eignaður Nietzsche. Kenningar hans um gott og illt voru enn til umræðu og rökræðu á spjallborðum.

Þá poppaði minning upp í huga hans. Það var að gerast sífellt sjaldnar að minningar um foreldra hans kæmu aftur til hans. Hann vonaðist til að þær myndu aldrei hætta.

Þetta var samtal við föður hans. Um þriðju lögmál Newtons. Þeir höfðu farið út í bát og verið að veiða.

"Þetta er hvernig fiskur hreyfir sig í gegnum vatnið," útskýrði faðir hans.

Síðan þá hafði hann lært meira um það í skólanum. Hann hugsaði að Newton og Nietzsche hefðu átt nokkuð áhugaverðar samræður. En líf þeirra var þúsundum ára í sundur.

Þá rann það upp fyrir honum. Hann, Lia og Alfred voru algjör andstæða Fúria.

Voru æðstu englunum þetta þegar kunnugt? Var það þess vegna sem þeir virtust svo ákaflega staðráðnir í því að aðeins hann og lið hans gætu sigrað Fúria?

Spurningin sem hélt áfram að hlaupa í gegnum huga hans var þó enn sú sama – gátu þeir unnið?

Var það yfir höfuð mögulegt að stöðva Fúrinum?

Hann þurfti að ræða þetta við hina.

Hann slökkti á tölvunni sinni og fór aftur að sofa í smá stund áður en hinir vöknuðu.

Allir gerðu ráð fyrir að hann hefði öll svörin. Hann hafði þau ekki, en hann var að gera sitt besta. Frá því hann varð leiðtogi hafði lífið verið svona.

KAFLI 27

RAUTA HERBERGIÐ

E-Z var í rauðum herbergi. Herbergi sem lyktuði af blóði. Sterk járnlyktin særði nefið á honum og hann hylldi það með hendi, svo gekk hann nokkur skref fram á við. Skrefin hans skildu eftir sig blóðugar merki á gólfinu. Hvar var hann? Í helvíti? Að minnsta kosti gat hann hlaupið hér inn, en hvert? Engin hurð. Engin gluggi. Engin ljós af neinu tagi, og samt sá hann að allt var rautt. Og blautt.

Hann tók símann sinn fram og kveikti á vasaljósforritinu. Með geislanum fylgdi hann veggjunum umhverfis sig. Þeir voru allir eins. Blóðugir og dropavotir. Og drullulyktandi. Hann beið. Að kalla á hjálp virtist ekki skynsamlegt. Hann væri betur settur ef það sem hafði leitt hann hingað kæmi ekki til að hitta hann. Hann vildi helst ekki hitta þau. Vasaljósgeislinn slökkti og síminn hans dó.

Óttandi að hreyfa sig stóð hann kyrr og hlustaði.

Eitthvað skríði. Slímandi sig eftir gólfinu. Eitt kom niður vegginn til hægri og annað til vinstri. Þrjú. Slöngur.

Þá breyttist loftið í herberginu og kunnuglegur lykt lagði að honum. Rotnaður. Eggjalykt. Brennisteinslykt. Rotnaður hrælykt.

Hann þakti sér nefið. Eins og áður hylldi það ekki yfir viðbjóðslegu lyktina.Hann beið.

Þannig að þau vildu hafa hann einan. Þær höfðu hann. Hann myndi sjá til þess að þær myndu sjá eftir því, þótt það yrði það síðasta sem hann gerði.

"Við gætum étið hann í morgunmat," öskraði Tisi.

"Eða hádegismat," sagði Alli. "Ég er jú dálítið svangur."

"Eða síðdegiste, hann er ekki mikill. Ekki nóg fyrir okkur þrjár," sagði Meg.

Hann beindi allri orku sinni í vængina. Þeir voru eina von hans til flótta og þeir voru gagnslausir.

"Sjáðu til!" hrópaði Meg. "Hann er að reyna að nota litlu litlu vængina sína."

Tisi og Alli lyftu sér upp. Meg gekk til liðs við þær og þær svifu rétt utan seilingar hans.

Undir fótum hans nötraði og drunsaði gólfið. Eins og það ætlaði að ganga upp og gleypa hann. Hann stígaði aftur til að styðja sig við vegginn. En þegar hann snerti hann fannst honum skyrtann blautur. Og þegar hann lagði höndina á hann kom hún aftur blóðug.

"Ég er ekki hræddur við ykkur þrjár tíkurnar!" hrópaði hann.

"Kannski ertu ekki hræddur við okkur – ennþá –" hrópaði Meg.

"En þú munt verða það mjög fljótlega," hvæsti Tisi.

"For núna, geturðu ráðið við þessar þrjár," hvíslaði Meg, og ógeðslegi andardráttur hennar var næstum því að láta hann kasta upp.

Þrjár ormarnar, sem nýttu sér yfirhöndina með hæð sinni, skutu sér að honum. Tvígreinar tungur þeirra hvæstu og spúðu. Síðan byrjuðu þær að vefja sig um hvor aðra. Að sameinast, að fléttast saman. Þangað til þær urðu ein risastór orm, með þrjú höfð og þrjá svipa. Sviparnir hvöttust í átt að E-Z til að halda honum á staðnum.

Hann þrýsti sér lengra aftur. Það að heyra blóðsplas aftan við sig gaf honum einhvern veginn huggun. Líkaminn slakaði á þegar bakið sökk í horninu við blóðdrottandi vegginn.

"Sjáðu til hans," sagði Tisi. "Hann er bara drengur og hefur ekki meitt neinn. Hann er svo til fyrirmyndar að það er synd að við þurfum að eyðileggja hann."

"Já, hjarta hans er hreint," sagði Meg. "En hann ber svartan blett á hjarta sínu. Hefndarblett sem hann vill hefna sín á þeim sem bera ábyrgð á dauða foreldra hans."

"Ekki tala um foreldra mína!" hrópaði E-Z og þrýsti sér enn dýpra inn í blóðuga vegginn. Hann var hræddur. Óttaðist að það sem þau voru að segja væri satt. Hann lokaði augunum. Ef hann sæi þau ekki, myndu þau kannski hverfa. Þá gaf eitthvað undan aftan við hann. Og hann fór í frjálsan fall, aftur á bak. Veltandi. Fallandi.

DUNN

Hann lenti í hjólastólnum sínum og þeir flugu af stað.

Aftur í Rauða herberginu voru Eirðirnar brjálaðar!

"Á eftir honum!" hrópaði Tisi.

"Náið honum!" kallaði Meg.

"Það er of seint!" sagði Alli. "Það er eins og hann hafi horfið!"

"Förum aftur í Dauðadalið," sagði Meg. Þau fóru, og Rauða herbergið stóð autt eftir. En ólyktin þeirra sat enn í loftinu.

DUNN.

"Þú ert að blæða," sagði Sam. "Förum með hann inn á baðherbergið. Við skulum sjá hversu illa hann meiddist." Sam ýtti hjólastólnum að dyrunum.

"Nei, haltu!" sagði E-Z. "Mér líður vel. Blóðið er ekki mitt. En ég þarf að hreinsa mig. Að þvo lyktina af mér. Þá skal ég útskýra hvað gerðist. Ég lofa."

"Svo lengi sem þú ert viss um að þér líði vel," sagði Sam.

Eftir að hann fór gátu Sam, Lia og Alfred ekki hugsað sér neitt til að segja hvoru öðru. Þau biðu þögul eftir að hann kæmi aftur.

Í baðherberginu stillti E-Z hjólastólinn sinn á rampa. Þegar húsið var endurbyggt fann frændi Sam upp nýtt sturtukerfi fyrir hann. Það gaf honum meiri sjálfstæði. Og það var gaman! Svipað og bílaþvottur.

Hann rétti upp hendurnar og setti þær og hálsinn í ólurnar. Hann ýtti á hnapp svo hann færi áfram og stóllinn fylgdi. Strax byrjaði vatnið að streyma. Það þvoði bæði líkamann hans og fötin á sama tíma.

Stundum spýttist sturtusápa eða hárnærsápa út, og vatn fylgdi í kjölfarið til að skola það burt.

Nú þegar hann var orðinn hreinn hélt hann áfram að færa sig áfram og kveikti á þurrkunarkerfinu. Það þurrkaði hann og fötin hans og gerði þau krumpulaus á örfáum mínútum.

Þegar hann kom að enda leiðarinnar losaði hann sig úr öryggisólunum og lét sig síga niður í stólinn sinn. Hann skoðaði sig í speglinum. Hár hans leit þegar svo vel út að hann þurfti ekki einu sinni að greiða það. Hann hélt til baka í herbergið sitt. Þegar hann sá vinina hnigiðist maginn á honum og hann kastaði upp.

"Mér þykir svo leitt," sagði hann. "Svo leitt."

Lia og Alfred lögðu hendur utan um hann. Þeir létu uppköstin sig ekki varða. Tryggir vinir láta ekki svona hluti trufla sig.

Sam fór að sækja skál og vatn til að þrífa frænda sinn.E-Z var þakklátur fyrir hjálpina og það gaf honum tíma til að hugsa um hvað hann ætlaði að segja og hvernig hann ætlaði að segja það.

"Takk, frændi Sam. Ég þarf að segja þér eitthvað. Það er ekki fallegt."

"Haltu áfram," sagði Alfred.

"Við erum hér fyrir þig," sagði Lia.

"Taktu þér sæti, frændi Sam.

"Þau hlustuðu á allt án þess að segja orð.

"Ég er með," sagði Alfred.

"Ég líka," sagði Lia.

"Ég líka," sagði Sam.

"Samþykkt," sagði E-Z. Og sekúndu síðar var hann á leið aftur í hvítu herbergið. Eða það var þangað sem hann vonaðist til að hann væri að fara.

Hvert sem var var betra en rauta herbergið. Hvert sem var.

KAFLI 28

Hvíta herbergið

H VÍTA HERBERGIÐ VIRTIST EINHVERN veginn öðruvísi þegar fætur hans snertu jörðina.

E-Z fannst hann svo glaður að vera kominn aftur í þægindi hvíta herbergisins. Þar sem hann gat gengið um. Snert bækurnar. Lykt af bækurnar. En eitthvað fannst honum skrítið. Óvenjulegt.

Hann jafnaði sig. Tók eftir að hendur hans voru að skjálfa. Hnéin hans voru að skjálfa. Nú voru tennurnar að karlska.

Hann vafði örmum sínum utan um sig og óskaði þess að hann hefði tekið jakkann sinn með sér. Hann beið, væntandi að einhver myndi koma. Það gerðist ekki.

"Hvað er þetta fyrir stað?" spurði hann.

Engin svör.

"Cheeseborgara, með frönskum," sagði hann.

Ekkert.

"Chop suey, með eggjarúllu," sagði hann með meiri yfirgangi.

"Ég krefst þess að vita hvar ég er!" hrópaði hann.

Ekkert.

Ekkert.

"Rosalie?" kallaði hann. "Ertu þarna? Eriel? Raphael? Einhver? Hadz? Reiki?"

Enn ekkert.

Ekki einu sinni kurteist PFFT til að slaka á.

Þekktheit bóka voru einu festingarnar sem héldu honum á þessum stað. Hann gekk að stiganum, færði hann undir D-in. Búist við að finna Charles Dickens hóf hann að klifra. Í staðinn kom í ljós að hver einasta bók sem hann snerti tengdist tölvuleikjaheiminum.Hvað í ósköpunum?

Og engin bók var með vængi. Þær voru allar splunkunýjar. Eins og enginn hefði opnað þær áður.

Hann missti næstum niður stigann þegar rödd sagði:

"E-Z Dickens – þetta er ekki hvítu herbergið sem þú þekkir. Þetta er eftirmynd. Þú varst sendur hingað til að rannsaka. Öll bók sem þú þarft er innan seilingar. Hvern einasta bók verður að lesa og fara yfir í heild."

"Ég get ekki lesið öll þessi bindi hratt; það myndi taka mig ár að komast í gegnum þau!"

"Þess vegna munt þú fá aukna krafta. Kraft sem einungis mun verða að veruleika innan veggja þessa herbergis. Lestu núna. Hratt. Ákaflega. Lærðu allt utanbókar."

Þegar það raddirhljóðið þagnaði hófst annað,

"Tíu, níu, átta, sjö, sex, fimm, fjögur, þrjú, tvö, eitt. Nú, lestu E-Z Dickens. Komdu þér af stað."

E-Z flýtti sér í gegnum hvern einasta bók.

Þegar hann kláraði eina, féll önnur strax í hendur hans. Síðan önnur, og enn önnur.

Hann las þær allar, þar til hann gat ekki lesið meira.

Hann vonaðist til að höfuðið myndi ekki springa!

Síðan féll hann að veggnum, bakraði sér inn í horn og grét á meðan áætlun mótaðist í huga hans.

Hugmyndin kviknaði hjá honum þegar hann hugsaði til PJ og Arden. Hvers vegna höfðu Furíurnar sett þau í dái í stað sálaveiðimanna? Þau voru í leiknum – þau léku sér alltaf, af hverju að drepa þau ekki?

Áætlunin var svona: Hann og liðið hans myndu búa til sinn eigin fjölspilunarleik. Sam myndi þekkja fólk sem gæti hjálpað í greininni. Þegar Furíurnar kæmu til að krefjast sála þeirra – myndu þau sigra þær.

Hann óskaði þess að Arden og PJ væru þarna til að spila með honum – því þau myndu hafa bak hans. Það var í lagi, hann hafði bak þeirra. Hann ætlaði að bjarga þeim og frelsa þau.

Hann gekk fram og til baka og hugleiddi allt. Einn þáttur myndi ekki ganga. Ef hann tæki þátt í leik með þeim og neitaði að drepa – þá myndu þeir gruna hann. Og það gæti sett aðra í hættu.

Það var ekki eins og hann gæti sagt öllum leikmönnum heimsins að hætta að spila. Ef hann segði þeim sannleikann um þrjár gyðjur sem reyndu að stela sálum þeirra, myndu þeir setja hann í fangelsi.

Engu að síður var þetta eina hugmyndin. Eini skýri vegurinn sem hann sá til að sigra Fúrin í þeirra eigin leik.

Þar sem hann gat ekki hugsað sér neitt betra, sagði hann: "Komdu mér þaðan út."

Og svona var hann kominn einn aftur í hinn raunverulega hvítu sal með Rosalie og Raphael. Hann velti fyrir sér hvar Eriel væri, ekki að hann saknaði hans.

"Allt í lagi, ég er með hugmynd. Svona einhvers konar áætlun," sagði hann. "En ég er ekki viss um að hún muni ganga upp. Ég þarf svör við tveimur spurningum. Og ég hef beiðni um þriðja – um þá beiðni er ekki samningsatriði."

"Spyrðu bara," sagði Raphael.

"Í fyrsta lagi, mun ég geta bjargað bestu vinum mínum, PJ og Arden, ef við mætum Fúriunum?"

Raphael hikstaði áður en hann talaði. "Ef þér tekst það, er engin ástæða fyrir því að vinir þínir verði ekki bjargaðir."

"Lofaðu það," sagði hann.

Hún gerði það.

"Eins og ég grunaði, stafar ástand þeirra af Furíunum. Er það ekki rétt?"

"Já, við teljum það satt. Vinir þínir eru heppnir að vissu leyti því sálir þeirra haldast óskaddaðar. Það sem við komumst ekki að er hvers vegna, ef Furíurnar beindu sjónum sínum að þeim. Í öllum öðrum tilfellum sem við vitum um hafa þær tekið sálir barna. Við þekkjum engan annan eins og vini þína sem hefur haldist á lífi í dái. "

"Ég hef líka hugmynd um það, en það sem ég þarf að vita er, ef Fúrinum verður sigrað, hvað mun gerast við PJ og Arden? Hvað mun gerast við öll börnin sem eiga nú þegar sálir sínar í sálaveiðurunum? Þau áttu ekki að deyja. Og hvað mun gerast við heimilislausu sálirnar?"

"Akademían er núna að nota kraft netsins. Það gefur þeim aðgang að hjörtum og heimilum allra manna á jörðinni. Það er eins og þið hafið öll skilið hurðir og glugga ykkar opna – svo hver sem er getur komist inn. Vissulega eru aðeins þrjár Fúrinur – en máttur þeirra er mikill. Þær eru goðsagnaverur, gyðjur sem eiga rætur sínar að rekja til Zews. Þú hefur heyrt um Zew, ekki satt?"

"Ég las að hann var guð himinsins og faðir Þriggja náðargyðja. Gætu þær hjálpað okkur, ef þú kallaðir þær aftur?"

"Zeus er ekki í þessu. Né dætur hans. Við erkienglarnir leikum okkur ekki með tímann. Og við höfum alltaf trúað því að Sálaveiðimenn væru helgir. Ónæmir. Þangað til núna."

"Frábært, svo þú heldur að vinir mínir hafi verið skotspónn Furíanna, en þú ert ekki alveg viss. Ekki meira en ég, er það ekki?"

"Rétta það. Það er vegna þess að ég get ekki sagt hundrað prósent já eða nei. Ef vinir þínir væru að spila leiki. Ég meina, drepa innan leikjanna... Þá myndu þeir uppfylla skilyrði Fúria.

En ef þeir vildu hafa þá dauða – þá væru þeir þegar dauðir. Nema... nei, það myndi ekki passa. Það myndi þýða að þeir viti af þér og liði þínu. Það er engin leið að þeir gætu vitað það. Við höfum haldið þessu leyndu. Ef þeir vissu það, myndu þeir halda vinum þínum á lífi ef þeir þyrftu að hafa þau sem viðskiptakjarna."

"Þú meinar sem viðskiptakjarna?"

"Mögulega, til að vera hreinskilinn veit ég það ekki. Eins og ég sagði, við höfum haldið öllu um þig og liðið þitt leyndu. Við, ég sjálfur og hinir erkienglarnir, myndum gera hvað sem er til að vernda þig.

"Fúriunum hefur verið veitt vald í gegnum aldirnar. En þær hafa aldrei beint sjónum sínum að saklausum börnum. Þær hafa aldrei beitt dagskrá sinni til að henta eigin tilgangi."

"Hvað er tilgangur þeirra?" spurði E-Z.

"Það vitum við ekki."

E-Z sagði: "Þess vegna þurfum við að hafa sem bestu möguleika á að sigra þær."

"Nákvæmlega, en þær stela fleiri barnasálum á hverjum degi, og þær eru að flýta fyrir ferlinu."

"Hversu mikið hraðar?" spurði E-Z.

"Í þúsundum, heldum við, en fljótlega verður það í milljónum. Fljótlega verður of seint að stöðva þær."

"Allt í lagi, ég skil hvað er í húfi hér, en við erum bara krakkar og viljum ekki fara blindandi inn í þetta.

Við erum dánarleg og þær líka. Við verðum að hugsa, íhuga allar leiðir áður en við leggjum líf okkar í hættu."

"Við skiljum það og eins og ég sagði, þá stöndum við að baki ykkar."

"Nú, til næstu spurningar, ég vil vita hvað ég eigi að gera við tíu ára gamlan Charles Dickens?"

"Ó, það," sagði Raphael. "Í fyrsta lagi höfðum við ekkert með endurfæðingu hans að gera. Við höfum kenningu, fyrir utan þá sem við sögðum ykkur, þ.e. að þið kölluðuð hann til ykkar. Við veljumst hvort endurkoma hans hafi verið mistök af þeirra hálfu. Kannski opnaðist alheimurinn og sendi hann til að hjálpa ykkur sem jafnvægi. Hann er jú blóðskyldur ykkur. Og hann er sögumaður og söguþráðsmeistarinn. Hann gæti haft verkfæri og innsýn sem þið vitið ekki enn um til að hjálpa ykkur að sigra Furíurnar."

E-Z valdi orð sín vandlega. "En hann er krakki. Hann hefur ekki skrifað neitt einasta. Hann mun vera truflun og hann er frá öðrum tíma og gæti ógnað okkur og verkefni okkar."

"Það fer eftir því," sagði Raphael. "Hann gæti verið leynivopn. Hann er hér fyrir þig. Ef þú trúir á hann. Að hann hafi fæðst til að vera rithöfundur. Þá mun hann, tíu ára gamall, þegar hafa alla þá færni sem þarf. Nýtðu hann til hagsbóta þinna ef þú kýst að gera það."

E-Z kreppti hnefana. "Ertu að segja að við eigum að nota frænda minn sem agn?"

Raphael hló og flögraði um, olli óþarfa golu.

"Það myndi hjálpa ef þú hættir að flögra svona," sagði Rosalie. "Ég er í mörgum peysum, samt virðist mér ekki verða heitt hér inni. Að auki langar mig að fara heim núna. E-Z og hinir eru sammála, svo ég hef sinnt mínu. Nú kveð ég þá. Látið mig fara heim."

BINGÓ.

Rosalie hvarf og lenti aftur í herberginu sínu. Hún talaði við Liju í huga sínum og sagði henni að hún hefði komið ómeidd til baka og ætlaði nú að taka smá blundi.

E-Z hugsaði um annað óumræðanlegt skilyrði.

"Ég vil hafa Hadz og Reiki með mér í liðinu okkar."

Raphael brosti. "Hadz og Reiki eru bundnir Eriel af leiðtoga okkar, Michael."

"Láttu mig tala við hann þá. Þau hafa hjálpað okkur. Þau koma þegar ég kalla á þau. Ef við ætlum að berjast gegn fornu illsku, þá þurfum við þau á okkar hlið til að hjálpa okkur."

"Michael getur ekki talað við þig. Ég mun hins vegar koma ósk þinni á framfæri. Ef hann telur það nauðsynlegt mun hann láta mig vita og ég læt þig þá vita. Er eitthvað fleira?"

"Já. Ég þarf að vita hvernig ég losna við Fúrin. Eigum við að drepa þær? Að senda þær aftur þangað sem þær komu frá? Hvað nákvæmlega ertu að biðja okkur um að gera við þessar guðdísir?"

"Bindið þær, haldið þær – og við munum sjá um restina. Ef áætlun ykkar gengur upp ættum við að geta tekið stjórn á Sálaveiðimönnunum. Við munum stilla allt aftur eins og það var."

"Hvað með þá sem dóu fyrir aldur fram?"

"Allir verða jafnsettir... þegar óvinirnir hafa verið afmáðir."

"Áður en þú sendir mig aftur," sagði E-Z, "þarf ég eitthvað, einhvern tryggingu fyrir því að þið munið ekki snúa ykkur gegn okkur aftur. Að gefa okkur Hadz og Reiki átti að vera sú trygging, en þar sem þið getið ekki gefið mér það, þá þarf ég eitthvað annað. Eitthvað sem ég get tekið til baka til hinna og sagt: þetta er sönnun þess að þau muni ekki svíkja okkur eins og þau hafa gert áður."

"Eins og hvað?"

"Gleraugun þín ættu að duga," sagði hann.

Raphael féll á hnéin, vængirnir hættu að slá og drógust saman. "Ekki það, hvað sem er nema það," hrópaði hún. "Án gleraugunna minna get ég hvorki hjálpað þér né neinum öðrum."

"Æðstu englunum hafa haldið Rosalie hér mót vilja hennar. Notið hana til að ná til mín. Þið hafið breytt ykkur um loforðin sem gefin voru, aflýst prófunum mínum..."Hún snerti brúnir gleraugunanna, tók þau síðan af sér. Í höndunum á henni breyttust gleraugun í orm, rautan orm sem skríði upp á handlegg E-Z og skríði sífellt hærra, hærra, hærra.

"Hvað í ósköpunum!" hrópaði E-Z, þegar ormurinn hélt áfram upp hálsinn á honum. Yfir hökuna. Hann skríði yfir þétt lokuð varir hans. Upp yfir nefið hans. Síðan klofnaði hún í tvennt og vafði annan endann utan um hvert eyra. Síðan sneri hún aftur í upprunalegt ástand sitt sem púlsandi gleraugu.

"Gleraugun mín eru þín núna, hvað sem þú gerir – láttu ekki Fúrinna ná þeim af þér. Ef það gerist, þá verðum við öll eyðilögð."

"Bíddu!" sagði röddin úr veggnum. "Hvað ef þú mistakast? Þið eruð jú bara krakkar."

"Ég get ekki lofað árangri – en við munum leggja allt okkar í þetta. En það væri gott að vita, ef við þurfum á hjálp þinni að halda, að þú munir nota krafta þína til að hjálpa okkur."

"Samkomulag," hvæskti röddin.

E-Z var kominn aftur í hjólastólinn sinn í herberginu með hinum rauðu glereaugunum púlsandi á andliti sínu.

"Þú verður að hætta að gera þetta," sagði frændi Sam, sem var að gera rúm sonar síns. "Áður en ég gleymi því, þá heimsóttum við Sam PJ og Arden í dag þegar við vorum að skoða ástandið á sjúkrahúsinu. Við hitti pabba PJ; hann gaf okkur nýjustu upplýsingar. Þau deila nú herbergi á sjúkrahúsinu, en ástand hvors þeirra hefur ekki breyst."

"Takk, ég ætlaði að hringja í þau. Allt í lagi allir, komið saman."

KAFLI 29

Hvað svo næst?

"Viltu að ég verði áfram?" Sam þagði. "Vegna þess að konan mín er að bíða eftir að ég nuddi fæturna á henni. Barnsburðurinn er yfirvofandi svo það kemur ekki til greina að láta hana bíða."

"Æh, farðu bara og sjáðu um hana," sagði E-Z. "Ég segi þér frá smáatriðunum seinna."

Lia faðmaði Sam.

"Takk," sagði Sam og lokaði hurðinni á eftir sér.

Hurðabjallan hringdi.

"Ég sé um það!" hrópaði Sam og hljóp að framhurðinni.

"Hann hefur nóg fyrir stafni," sagði E-Z.

"Það verður auðveldara þegar barnið kemur," sagði Lia.

"Það verður meiri ringulreið," sagði Alfred. "En við skulum ekki hafa áhyggjur af því núna."

"Svo, hvað er nýjasta?" spurði Lia.

"Byrjum á jákvæðu ef slíkt er til. Ég vona innilega að eitthvað sé til," sagði Alfred.

"Góðu fréttirnar eru þær að ég hef hugmynd. Þær sorglegu fréttir eru að ég hef enga hugmynd um hvort hún muni virka gegn óvinum okkar. Þeir eru þekktir sem Fúrin. Hefur einhver ykkar heyrt um þá? Ég þekkti nafnið úr goðafræði, og þeir koma fyrir í sumum tölvuleikjum."

Lia hristði höfuðið neitandi.

Alfred sagði: "Ég hef heyrt um þær, en það var fyrir löngu. Held að við höfum lesið um þær í menntaskóla, forðum síðan. Ég man að þær voru illar – þrjár kannski? Og eru þær ekki guðdómur? Ég sé Medúsu fyrir mér. Voru þær skyldar?"

"Þær eru verri. Mikið verri, því þær eru þrjár," sagði E-Z. "Þegar ég varð veikur, ja, það var beint eftir að ég hitti þær í annað sinn. Í fyrsta skipti var það í ferðalagi með Hadz og Reiki. Það sem þær kölluðu smá könnunarleiðangur. Og ekki hafa áhyggjur, við vorum ósýnilegar, en ég lærði mikið. Þær hafa sett upp höfuðstöðvar í Death Valley.

"Eins og við grunuðum, þá beinast þeir að börnum. Í tölvuleikjaheiminum. Lia, þú spurðir hvað markmið þeirra væri... Það er að ýta börnum yfir brúnina. Börnum á okkar aldri, og jafnvel yngri.

"Þegar þeir ná tökum á þeim, stela þeir sálum þeirra. Og þeir setja þær í Sálaveiðimenn sem ætlaðir eru öðrum. Svo þegar þeir deyja, er ekkert fyrir sálir þeirra að fara."

"Þetta er svo illt!" sagði Lia.

"Svo, þegar hinir raunverulegu eigendur Sálaveiðaranna deyja, hvað gerist við sálir þeirra? Ég meina, ef sálir þeirra eiga engan stað til að fara – ekkert heimili, ekkert himnaríki – hvað gerist þá?" spurði Alfred.

"Það er einmitt það. Þær hafa engan eilífa hvílustað – svo þegar þær deyja, flakka þær bara um. Þetta er alla vega stutta útgáfan. Og við verðum að stöðva Fúrin og við verðum að stöðva þær fljótt."

"Hvernig eru þær að taka sálir barnanna? Ég skil það ekki," spurði Lia.

"Ég held ekki heldur," sagði Alfred. "Krakkar, sérstaklega krakkar sem spila tölvuleiki, eru mjög tölvufærir. Hvernig eru þau að setja sig í hættu? Hvernig komast Fúrurnar að þeim heima hjá þeim, beint undir nefi foreldra þeirra?" Hann hugsaði um stund, "Eru þau ábyrg fyrir því að PJ og Arden séu í dái?"

"Allt í lagi, fyrst spurning Lia. Fúrin refsa þeim sem ekki er refsað – það hefur verið tilgangur þeirra frá upphafi. Aðalvopn þeirra hefur ætíð verið iðrun. Þau láta fólk finna til sektar. Að iðrast þess að hafa gert rangt. Og þegar þau gera það, taka þau völdin. Þau brjála þá, láta þá eyðileggja sjálfa sig.

Ég sagði þér frá krakkanum sem kom heim til mín og reyndi að skjóta mig? Hann sagði að einhver í leiknum hefði sagt honum að þeir myndu drepa fjölskyldu hans ef hann myndi ekki drepa mig. Þeir fengu hann til að ráðast á mig vegna gjörða sem hann framdi í leiknum. Ég þurfti vísbendingu frá Eriel til að sjá tenginguna. Það virtist skrýtið á þeim tíma, en ég skynjaði það ekki strax.

"Svona gera þeir þetta. Barn er að spila leik og til að komast áfram í leiknum þarf hann að drepa einhvern, eða jafnvel fremja fjöldamorð, eða, jæja, þú skilur málið. Í raunveruleikanum eru þessi verk syndir og ólögleg, en innan leiksins eru þau hluti af leiknum. Í flestum leikjum er þetta eini tilgangurinn."

"Bíddu nú við," sagði Alfred. "Ertu að segja mér að þeir séu að refsa börnum í leiknum eins og þau væru að fremja morð í raunveruleikanum?"

"Það er rétt," sagði E-Z. "Það er nákvæmlega það sem þeir eru að gera. Hvernig þeir nota tölvuleikjaiðnaðinn til að réttlæta – nei, ég held að það sé ekki rétta orðið. Ég meina að samþykkja gjörðir sínar við að taka sálir barnanna."

Lia lokaði höndum sínum og gerði hnefana. Síðan notaði hún þær til að hylja eyrun eins og hún vildi ekki heyra meira. "Þú hefur algjörlega rétt fyrir þér, E-Z. Við höfum engan annan kost – við verðum einfaldlega að stöðva þessar nornir. Því fyrr því betra."

"Ég veit það," sagði E-Z, "en þetta verður ekki auðvelt. Þær eru gyðjur, einnig þekktar sem Dætur myrkursins og Erinyes. Helsta hlutverk þeirra er að refsa hinum illa og innan ramma leiksins – er allir illir. Það er eina leiðin til að komast áfram í leiknum."

"Þú sagðir að þú hefðir áætlun, hvað er hún?" spurði Alfred.

"Fyrst til að svara spurningunni þinni um PJ og Arden. Innst inni held ég að svarið sé já. En ég spurði Raphael hvort hún gæti staðfest það. Hún sagðist ekki geta sagt með fullri vissu hvorugt. Því Fúrin hafa aldrei

– svo langt sem þær vita – látið hjá líða að stela sál. Þá ekki sé minnst á tvær sálir.

"Ó, eitt annað sem ég þarf að segja þér er að í Death Valley eru þúsundir sálaveiðimanna. Kannski fleiri en þúsundir og fjöldinn eykst dag frá degi. Þeir ná svo langt sem augað eygir." Hann þagði, eins og hjarta hans væri í hálsinum, og þurrkaði burt tár.

"Það var erfitt að verða vitni að þessu. Það sem þeir eru að gera er svo fyrirfram ákveðið, svo viljandi.

Það sem ég skil hins vegar ekki er hvað þeir hafa sjálfir af þessu. Ég meina, Hadz og Reiki höfðu rétt fyrir sér með að taka mig þangað til að sjá þetta. Hefðu þeir sagt mér frá þessu án þess að sýna mér... hefði það ekki snert mig jafn djúpt. Ó, og Raphael segir að þeir séu að auka inntöku sína daglega. Svo við höfum ekki mikinn tíma til að sitja og velta þessu fyrir okkur. Við þurfum áætlun og við þurfum að grípa til aðgerða."

"Eru þeir dánardæmdir?" spurði Alfred.

"Já, við erum jafn stigaháir í því," sagði E-Z. "Svo, áætlunin sem ég hugsaði mér var að búa til okkar eigin leik. Frændi Sam gæti hjálpað. Þegar ég spila til að sýna fram á drápin mín, þá munu Fúrinir koma til að ná í mig. Þegar þær gera það, munum við gildra þær og drepa þær í leiknum.

"Ég hélt að völd þeirra myndu minnka í leiknum. En þá datt mér í hug – hvað ef mín gera það líka."

"Við myndum ekki vita það fyrr en það væri orðið of seint," sagði Alfred.

"Rétt. Þeim meira sem ég hugsaði um þetta, því ómarkvissari þótti mér hugmyndin. Ekki að tala um að ef þau hafa PJ og Arden fast í óvissuástandi, þar til stjórn þeirra... Jæja, þau gætu tekið sálir þeirra. Og við myndum missa þau."

"Átt þú við að þetta gæti verið gildra?" spurði Lia.

"Nákvæmlega."

"Þú hefur gefið okkur mikið til að hugsa um," sagði Alfred. "Ég held að við ættum að sofa á þessu, velta þessu fyrir okkur og ræða þetta aftur á morgun."

"Ég er ekki viss um að ég geti sofið," sagði Lia, "en ég er sammála, við skulum taka okkur pásu. Ég þarf tíma til að hugsa um hversu mikilli hættu við erum að setja okkur í. Við verðum að gæta þess að hafa bakhjarla hvers annars."

"Jú, auðvitað," sagði E-Z. "Á meðan skal ég sjá hvort ég geti fundið upp Áætlun B."

Lia yfirgaf herbergið og lokaði hurðinni á eftir sér.

"Ég velti því fyrir mér hver var aðalhurðinni?" spurði E-Z.

"Við getum spurt Sam á morgun, hann er sennilega enn upptekinn við að hugsa um fætur konunnar sinnar."

Þau hlógu.

"Hljómar vel," sagði E-Z. "Góða nótt, Alfred."

"Nótt, E-Z."

KAFLI 30

OOOH, BABY, BABY

"**B**ARNIÐ ER AÐ KOMA!" hrópaði Sam nokkrum klukkutímum síðar.

Á leiðinni niður ganginn hélt hann í hönd Samantha í annarri hendi. Yfir öxlinni hafði hann tösku. Hann náði í bíllyklana.

"Þú ekur ekki, elskan," sagði Samantha og lagði lyklana aftur á borðið.

E-Z kom út í ganginn. "Viltu að við förum með þér?"

"Mér líður vel," sagði Samantha. "Lia sefur enn fast."

"Ég vek hana og við hittum þig á spítalanum, í lagi?"

Lia leit yfir öxlina, "Ég hef þegar hringt í leigubíl. Hann ekur ekki."

Sam brosti. "Hún ræður."

"Við sjáumst fljótlega," sagði E-Z. "Að því sögðu, hver var það sem bankaði upp á í gærkvöldi?"

"Það var Rosalie. Hún var alveg búin á því, svo við létum hana sofa í gestaherberginu."

"Allt í lagi, takk," sagði E-Z.

Þegar hann gekk niður ganginn að herbergi Liju, að velta fyrir sér hvað Rosalie væri að gera þar, bankaði hann upp á.

"Þetta er ég, Lia," sagði hann. "Mamma þín og frændi Sam eru að fara á spítalann. Barnunginn er á leiðinni!"

Fyrst heyrðist dynkur, og svo opnaði Lia hurðina. Ljósið á náttborðinu hennar lá á gólfinu við rúmið. "Ég verð tilbúin eftir nokkrar sekúndur," sagði hún. Hún lokaði hurðinni.

Hann gekk að gestaherberginu. Hann kíkti inn og Sam hafði rétt fyrir sér, Rosalie var fast sofandi.

Hann sneri aftur í herbergið sitt, klæddi sig og reyndi að vekja ekki Alfred. Svönum var ekki heimilt að vera á sjúkrahúsinu, svo það hefði verið ósanngjarnt að vekja hann – hann hefði fundið sig útundan. Hann skrifaði miða þar sem stóð að Rosalie væri sofandi í gestaherberginu og að passa hana þar til þeir kæmu til baka. Segðu henni að gera sér heimili, skrifaði hann. Hann skildi miðann eftir svo Alfred missti hann ekki af þegar hann vaknaði.

E-Z lokaði hurðinni á eftir sér og læsti henni, svo settust hann og Lia í biðtaxann og óku til sjúkrahússins.

Þau fylgdu skilti og fundu fljótlega barnadeildina. Sam var þar, að ganga fram og til baka eins og verðandi feður gera í sjónvarpinu.

"Hvernig hefurðu það?" spurði E-Z.

"Hvernig hefur mamma það?" spurði Lia.

"Takk fyrir að koma ykkur báðum," sagði Sam.

Hönd hans nötraði þegar hann reyndi að drekka vatn úr flösku. "Samantha hefur það mjög, mjög vel. Ég meina, hún hefur verið í þessu áður með þér, Lia, svo hún veit hvað má búast við og ég… Jæja, ég veit ekki hvort ég ræði þetta. Námskeiðið sem við tókum, til að undirbúa okkur fyrir þennan dag, var gott – en raunveruleikinn er allt annar. Ég hata sjúkrahús."

"Allir hata sjúkrahús," sagði E-Z. "En þegar þeir koma inn um þessi sveifluhurð. Og segja að þú sért nauðsynlegur… Þá þarftu að draga þig saman og fara þangað inn og hjálpa konunni þinni. Mundu að þið eruð lið, í þessu saman. Þú ræður við þetta!" Hann klappaði frænda sínum á bakið.

"Ég veit."

Lia lagði höfuðið á öxl Sam. "Þú munt standa þig frábærlega."

Fjarskiptahjúkrunarfræðingur kom. "Eiginkona þín þarf á þér að halda. Það tekur ekki langan tíma núna. Ég skal fylgja þér í aðgerðarsvæðið til að þvo þig, og þá geturðu verið hjá eiginkonu þinni þegar við förum með hana niður."

Sam kinkaði kolli og hélt af stað.

Síðasta svipbrigðið á andliti hans minnti E-Z á einhvern sem stóð fyrir framan skotliðs.

"Hann mun verða í lagi," sagði Lia og klappaði á hönd E-Z.

Klukkustundum síðar kom Sam aftur til þeirra með breitt bros á vör. "Ég á aðra dóttur," sagði hann, "og son!"

"Tvö börn?" sögðu Lia og E-Z í kór.

"Já, tvö. Við sáum bara eitt á sónarnum."

"Hvernig hefur mamma það?"

"Hún er frábær! Ótrúleg!"

"Máum við sjá hana? Og börnin?"

"Gefið þeim nokkrar mínútur til að undirbúa sig. Þá getið þið kynnst bróður ykkar og systur, Lia, og þú, E-Z, getur kynnst frændum þínum."

"Vitið þið hvað þið ætlið að nefna þau?" spurði E-Z.

"Já, en við segjum ykkur það saman."

"Sanngjarnt," sagði E-Z.

"Tvö börn, í þessu húsi – með öllum hinum," sagði Lia.

"Ég var að hugsa það sama. Húsið er nú þegar fullt... en við munum ráða við þetta. Það gerum við alltaf."

Þau sátu saman og biðu.

Epilógur

VIKUR SÍÐAR VAR 17. janúar. Jól komu og fóru með allri hefðbundinni dýrð og glæsileika, og sama gilti um nýárshátíðina. E-Z var orðinn eitt ár eldri, sextán ára, og félagarnir voru saman í herberginu hans. Charles Dickens var að bætast við þá í gegnum FaceTime.

Niðri í ganginum voru tvíburarnir – Jack og Jill – að gera usla. Sam og Samantha voru enn að venjast rútínu nýkomnanna. Enginn í húsinu hafði sofið mikið, þar til þeir opnuðu jólagjafir sínar. E-Z, Lia og jafnvel Alfred fengu hávaðsneyðandi heyrnartól.

E-Z hafði verið að hugsa um aðrar leiðir til að sigra Furíurnar, auk hugmyndar sinnar um að elta þær í leiknum. Fáir aðrir kostir buðust.

Á meðan hinir sváfu hafði hann átt nokkur samtöl við Charles á netinu. Charles taldi að það væri "alveg geggjað" að sigra þá í þeirra eigin leik.

E-Z var dálítið áhyggjufullur um hvaða aðrar setningar þessir leitarmenn væru að kenna Charles. Saman ákváðu þeir að upplýsa hópinn um umræður sínar um hvernig best væri að halda áfram með leikjaráðin.

"Það er auðvelt," sagði Charles Dickens. "E-Z og ég ræddum í símanum um daginn og við fundum út hvað gæti virkað. Ef þeir hafa einhverjar upplýsingar um Þríeykið – ég meina, þið eruð alls staðar á netinu – þá munu þeir vita af ykkur. En þeir munu ekki vita af mér.

"Ekki að þeir myndu óttast mig. Þó að Edward Bulwer-Lytton hafi einu sinni skrifað: 'Penni er máttugri en sverð.' Í þessu tilfelli vona ég að það sé satt.

"Svo, ég hef verið að æfa mig með vinum mínum, leitarförunautunum. Við komumst að því að besta leikurinn til að fá þá inn er leikur sem þegar er til. Og við heldum að við vitum hvaða leikur er fullkominn.

"Hann heitir The PK Crew. Aldursmörk leiksins eru 13+ eða 12+ á sumum stöðum og hann er ókeypis. Markmið leiksins er að drepa alla, þar á meðal fjölskyldu þína og vini.

"Þú færð umbun fyrir hvert dráp, en þegar þú drepur fólk sem þér er nær, færðu enn fleiri stig.

Meira fé. Jafnvel frægð innan leiksins. Mynd af þér á PK TV sjónvarpinu. Á forsíðu dagblaðsins The Peachy Keen Times. Leikurinn gerist í ímynduðu bæ sem heitir Peachy Keen. Þetta er fullkomin gildra – og þetta er leikur sem við ætlum að setja á markað sjálf.

"Ég mun spila sem tólf ára barn, þau munu koma inn í leikinn og þið verðið þá þegar komin þangað inn."

"Það verður öruggt nóg," sagði E-Z, "ég meina, þú ert þegar dáin – ég meina í fyrri lífi þínu – svo þau geta ekki drepið þig.

"Bankað var upp á. "Hún er opin," sagði E-Z.

Lia stökk upp og kastaði örmum sínum utan um Rosalie. "Gott að sjá að þú ert vakandi," sagði hún og kúraði sig í þykka peysuna hennar vinkonu sinnar.

Rosalie hafði orðið mikilvægur hluti af liðinu þeirra. Hún mátti þó aðeins vera með þeim í einn dag í viðbót. Eftir það þurfti hún að fara aftur heim.

Þegar hún gekk yfir gólfið til að setjast niður klappaði hún álftinni Alfred á höfðið. Þau höfðu öll orðið góðir vinir, þar sem hún hafði komið á undan ungabörnunum.

"Ég á nokkur atriði sem ég þarf að segja þér. Í fyrsta lagi, takk fyrir að taka svo vel á móti mér. Það hefur verið yndislegt að hitta ykkur og takk fyrir að láta mig líða sem hluta af liðinu ykkar."

"Ahhhhh," sagði Lia.

"Það sem ég þarf að segja er að ég hef verið að skrifa í bók um önnur börn með sérstaka krafta eins og þið. Hún er í skúffunni í náttborðinu mínu. Næst þegar þið komið í heimsókn mun ég gefa ykkur hana svo þið getið farið og sótt hin til að hjálpa ykkur að sigra Furíurnar."

"Við munum þurfa alla þá hjálp sem við getum fengið," sagði Lia.

"Raphael og Eriel halda að þeir geti hjálpað þér, þess vegna vildu þeir fá nánari upplýsingar. Þess vegna skrifaði ég þetta niður – svo ég myndi ekki gleyma neinu mikilvægu."

"Er það ástæðan fyrir því að Raphael og Eriel drógu þig inn í hvítu herbergið?" spurði E-Z.

"Já og nei. Ég meina já. Þeir vita af hinum krökkunum. En nei, þeir báðu mig ekki beint um að afhenda upplýsingar um þau. Ég veit að þessi börn eru mikilvæg fyrir þig og án þeirra geturðu ekki sigrað Fúriurnar."

"Hvað veist þú um Fúriurnar?" spurði Alfred.

Rosalie skjálfandi og krossaði armpana. "Ég veit nokkra hluti um þær. Til dæmis eru þær þrjár skelfilegar systur sem eru komnar aftur hingað til jarðar til að gera engan gagn."

E-Z sagði: "Þú ert ekki að grínast. Ég hef sjálfur séð tjónið sem þær hafa valdið hingað til. Við erum að vinna í áætlun. En segðu okkur, hvar eru þessi hin börnin? Heldurðu að þau muni hjálpa okkur? Það er að segja ef við komumst að því hvernig á að fá þau hingað."

"Þau eru góð börn, en þú yrðir að spyrja þau, og foreldra þeirra um leyfi. Ein er hinum megin á hnöttinum í Ástralíu, ein er í Japan og hin í Bandaríkjunum í Phoenix í Arizona. Það kunna að vera aðrir, en þessir þrír eru þeir einu sem ég hef haft samband við hingað til," sagði Rosalie.

"Á hinn bóginn mun það flækja málin að kalla til nýrra krakka," sagði E-Z. "Auk þess, ef við mistumst, þá verður enginn til að taka við af okkur. Kannski væri best fyrir okkur að sjá um þetta sjálf, með sem minnstum áberandi. Ef við getum gert það, ég meina að sigra The Furies – af hverju að láta aðra koma að þessu? Ókunnuga? Af hverju að ógna lífi annarra krakka?"

"Það var ekki svo löngu síðan sem við vorum öll ókunnug," sagði Alfred.

"Ég er enn ókunnugur – þótt við séum skyldmenni," bætti Charles Dickens við. "En ég er ekki einn af Þríeykinu. E-Z er yfirmaðurinn og mér finnst gott að gera hvað sem hann telur best. Leitarmennirnir segja að ég sé nýliði. Og það er satt."

Rosalie horfði á drenginn í Skjánum. "Við höfum ekki kynst almennilega," sagði hún. "Ég heiti Rosalie og ég er nokkuð viss um að ég sé meiri nýliði en þú."

Charles hló. "Ég er Charles Dickens."

"Eitthvað skyldur þeim Charles Dickens sem þú þekkir?" spurði Rosalie.

"Jæja, já, það er ég – endurfæddur."

Rosalie hló. "Ég hélt að ég hefði heyrt allt. Jæja, mér er ánægjulegt að kynnast þér, Charles."

Það var bankað hátt á framdyrunum.

Nokkrum sekúndum síðar heyrðust stígvél á ganginum þrátt fyrir mótmæli Sams.

"Rosalie," sagði sá stærsti af hinum tveimur mönnunum í gegnum lokaða hurðina. "Það er kominn tími til að fara aftur heim. Þú þarft lyfin þín, svo komdu nú út, eða við verðum að koma inn til að sækja þig."

Rosalie stóð upp. "Það virðist sem ég hafi sagt þér allt sem þú þarft að vita, og akkúrat á síðustu stundu." Hún gekk að hurlinni, opnaði hana og fór með fylgdarmönnunum.

Aftan í sjúkrabílnum, eina mínútu síðar, svo í hvítu herberginu. Bókahillurnar og bækurnar voru þær sömu, en lyktin var ekki það. Áður var engin lykt, en nú var hún vond. Lyktarönn. Ógeðsleg. Eins og klór og hrætt egg.

Í gegnum vegginn komu þrjár konur, klæddar frá toppi til táar í svart. Í stað hárs höfðu þær ormar. Og fleiri ormar skríðuðu upp og niður eftir örmum þeirra. Þær flugu á hana. Vængir þeirra, sem minntu á leðurblöku, stóðu í skýrri andstöðu við hreinleika og hvítleika herbergisins. Blóð freytti úr augum þeirra þegar þær sveifluðu pískum sínum í átt að henni.

Og ólyktin af þeim var óbærileg.

"Segðu okkur það sem við viljum vita," hvæskuðu Eirðungarnar í kór.

"Ég veit ekki hvað þið eruð að spyrja mig," sagði Rosalie og hélt fyrir nefið.

HÚK.

Húk hestsins skall í kinn gamla konunnar. Þegar hún snerti andlitið og leit á höndina var hún þakin blóði.

"Þú veist," sagði Allie, á meðan hún og systur hennar húkuðu hestana sína aftur í nágrenni eldri konunnar.

"Ég veit ekki hvað þú átt við."

Bókahillan féll um koll. Hefði stiginn ekki verið svo hreyfanlegur hefði Rosalie verið kúluð undir henni.

SMYGLA.

Ég er að dreyma, hugsaði Rosalie. Ég þarf að vakna. Ég þarf að vakna NÚNA og komast í burtu frá þessum hræðilegu, vondlyktandi skepnum.

Önnur bókahilla féll.

Síðan önnur. Og enn önnur.

Fljótlega rak stiginn einnig í gólfið og skoppaði. Einu sinni, tvisvar, þrisvar. Síðan brotnaði hann í mola.

"Ó nei!" hrópaði Rosalie.

"Þú munt segja okkur frá, elskan," krafðist Tisi, á meðan hún lyfti eldri konunni af gólfinu og sló kringum sig slöngulíkum örmum.

Fætur Rosalie dingluðu óöngglega. Á meðan slöngurnar þröppuðu um sig utan um efri hluta líkamans hennar.

"Gættu þín, systir, þú munt gefa henni hjartaáfall," hrópaði Meg og færðist nær Rosalie. "Gefðu okkur það sem við viljum, ástin mín."

"Ég ætla ekki að segja ykkur neitt. Sama hvað þið gerið mér," sagði Rosalie.

Hún var svo hugrökk. Því hún vissi að hún var ekki ein. Lia var þarna, að hlusta.

"Þetta er algjör tímasóun," sagði Allie og sendi þvottapoka upp í loftið sem tók niður alla vegginn af bókaskápum. Nokkrar vængjaðar bækur reyndu að komast undan skápunum. Ein þeirra reyndi að fljúga með eina eftirminnustu vænginn.

Tisi sneri sér að fjærveggnum og kveikti í bókunum. Þær féllu, eins og dominó, ofan á vesalings Rosalie sem var grafin undir brennandi bókum.

Fúrin hlógu hátt og stolt.

Rosalie kallaði á Lia í huga sínum. Hvar ertu, Lia? spurði hún. Hvar ertu, litla mín?

Aftur heima opnaði E-Z fartölvuna sína. "Allt í lagi, við höfum fengið að sofa á þessu. Erum við öll sammála um að við höfum enga aðra leið en að berjast við Fúrurnar?"

Lia og Alfred kinkaðu kolli.

"Og við þurfum að ná í þessi aðrir börn og koma þeim hingað. Við erum þrjú og þau eru þrjú. Lia, þú ferð til Phoenix – Little Dorrit getur sótt þig eða þú getur flogið með flugvél."

"Ég kýs frekar Little Dorrit."

"Allt í lagi, fyrsta barnið er komið í hús. Þó vitum við ekki nafnið hennar né hvar nákvæmlega hún er í Phoenix, Arizona. Og þú þarft að fá samþykki foreldra hennar. Það verður ekki auðvelt þar sem þú þarft að láta þá vita í hvaða hættu barnið þeirra mun lenda."

"Já, ég þarf að fá nánari upplýsingar frá Rosalie."

"Alfred, þú getur farið til Japans. Ég legg til að þú fljúgist – við verðum að útfæra flutningana. Þú þarft að fljúga til baka með barninu, ef foreldrar þess gefa þér leyfi. Aftur þurfum við nákvæmar upplýsingar frá Rosalie um hvar barnið er. Og það verður tungumálahindrun, nema þú kunnir japönsku?"

Alfred hristði höfuðið.

"Ég fæ mér túlk."

"Við fáum þér síma og þú getur sett á hann forrit sem mun þýða fyrir þig. Það mun taka tíma að læra á það," sagði E-Z. "Sérstaklega þar sem þú ert ekki með fingur."

"Hljómar vel fyrir mér," sagði Alfred. "Ég verð að byrja að vinna með símann strax. Það ætti ekki að taka langan tíma að komast yfir hann. Á meðan getur Rosalie sagt barninu að ég sé svanur – svo það detti ekki niður og missi meðvitund þegar það sér mig fyrst."

"Þetta er góð hugmynd," sagði Lia. "En hvernig ætlarðu að slá inn textann?"

"Ég get notað gogginn minn."

"Eða raddarstýrt forrit," sagði E-Z.

"Frábært," sögðu Lia og Alfred í kór.

"Og ég flýg til Ástralíu. Ég tek flug aftur með barninu, en það verður fljótlegra ef ég fer beint þangað.

Ó, og eitt enn, við þurfum að koma okkur upp um gildruhurð. Einhvern veginn sem við getum komist út – ef einn eða fleiri af okkur verða handteknir, drepnir eða meiddir. Við verðum að vera undirbúnir fyrir allt. Ef við deyjum áður en við klárum þetta, verður enginn eftir til að tína upp brotin."

"Æðstu englunum," stamaði Lia, og þagði svo. Hún skjálfði og náði ekki andanum. Hún vafði örmum sínum utan um sig.

"Er allt í lagi?" spurði E-Z.

"Ssss," sagði hún. Engin hljóð heyrðust í herberginu né í huga hennar, algjör og fullkomin þögn ríkti. Hjartsláttur hennar og öndun jöfnuðust aftur.

"Falskur viðvörunarfari," sagði hún. "Mér fannst eitthvað vera að, eins og ég væri að fá SOS-boð, en allt virðist í lagi núna."

"Gerist það oft?" spurði Alfred.

"Nei," sagði Lia.

"Allt í lagi, skulum byrja að hugmyndavinna," sagði E-Z. Og þau eyddu restinni af deginum í að gera lista, einbeittu sér að því hvað gæti farið úrskeiðis og hvað gæti farið vel.

Þau fóru í herbergin sín og sváfu.

Það var friðsæl nótt fyrir alla nema Rosalie.

Rosalie, sem ekki var hlustað á.

Sem enginn svaraði.

Engin hjálp barst.

Hvíta herbergið var eyðilagt.

Enginn kom til að bjarga Rosalie.

Fyrir illu Fúrinum.

Takk fyrir!

Kæru lesendur,

Takk fyrir að lesa þriðju bókina í E-Z Dickens-seríunni... Mér þykir leitt með sorglega endinn en svona getur gerst.

Síðasta bókin kemur út fljótlega!Aftur þakkir til allra þeirra sem hjálpuðu mér að gera þessa seríu að því sem hún gat orðið, svo sem beta-lesenda, prófarkalesenda og ritstjóra. Frábært!

Til vina og fjölskyldu minnar, takk fyrir hvatninguna og stuðninginn.

Og eins og alltaf, gleðilega lestrar!

Cathy

Um höfundinn

Cathy McGough er kanadískur rithöfundur sem skrifar barnabókmenntir, ungmennabókmenntir, bókmenntasögur, sálfræðileg spennutryllar, ljóð, smásögur og fræðibókmenntir.
Hún býr og skrifar í Ontario í Kanada með fjölskyldu sinni.

Koma fljótlega!

Koma fljótlega!
E-Z DICKENS OFURHETJA BÓK 4: Á IS